ஒளியின் கைகள்

ஓவியக் கட்டுரைகள்

எஸ். ராமகிருஷ்ணன்

தேசாந்திரி பதிப்பகம்

தேசாந்திரி பதிப்பக வெளியீடு: 130

ஒளியின் கைகள் : கட்டுரைத்தொகுப்பு
எஸ். ராமகிருஷ்ணன்

முதல் பதிப்பு: டிசம்பர் 2024

தேசாந்திரி பதிப்பகம்,
டி-1, கங்கை அப்பார்ட்மெண்ட்,
110, 80 அடி ரோடு, சத்யா கார்டன்,
சாலிகிராமம், சென்னை 600 093,
தொலைபேசி: 044 23644947.
விலை: ரூ.180

OLIYIN KAIGAL - Essays
S.Ramakrishnan ©

First Edition: Dec 2024, Pages: 144
Size: Demy 1x8, Paper: 18.6 kg maplitho

Published by :
Desanthiri Pathippagam
D-1, Gangai Apartments,
110, 80-Feet Road, Satya Garden, Saligramam,
Chennai - 600 093, Ph: 044 2364 4947
Email : desanthiripathippagam@gmail.com
www.desanthiri.com

ISBN: 978-93-93099-43-3
Wrapper & Book Design: Hariprasad R
Printed by: Ramani Print Solution, Chennai.

Price: Rs. 180

எஸ். ராமகிருஷ்ணன்

எஸ். ராமகிருஷ்ணன், விருதுநகர் மாவட்டம் மல்லாங்கிணறு கிராமத்தில் 1966இல் பிறந்தார். முழுநேர எழுத்தாளரான இவர் தற்போது சென்னையில் வசிக்கிறார்.

சிறுகதைத் தொகுப்புகள்: எஸ். ராமகிருஷ்ணன் கதைகள், நடந்து செல்லும் நீரூற்று, போயர்பாக் கண்டறிந்த மழைக்கோவில், தனிமையின் வீட்டிற்கு நூறு ஜன்னல்கள், அவளது வீடு, பதினெட்டாம் நூற்றாண்டின் மழை, அப்போதும் கடல் பார்த்துக்கொண்டிருந்தது, நகுலன் வீட்டில் யாருமில்லை, புத்தனாவது சுலபம், வெளியில் ஒருவன், காட்டின் உருவம், தாவரங்களின் உரையாடல், வெயிலைக் கொண்டு வாருங்கள், பால்ய நதி, மழைமான், குதிரைகள் பேச மறுக்கின்றன, காந்தியோடு பேசுவேன், சைக்கிள் கமலத்தின் தங்கை, சிவப்பு மச்சம், கர்னலின் நாற்காலி, என்ன சொல்கிறாய் சுடரே, ஐந்து வருட மௌனம்.

நாவல்: உப பாண்டவம், நெடுங்குருதி, உறுபசி, யாமம், துயில், நிமித்தம், சஞ்சாரம், இடக்கை, பதின், ஒரு சிறிய விடுமுறைக்கால காதல் கதை, மண்டியிடுங்கள் தந்தையே.

கட்டுரைத் தொகுப்புகள்: விழித்திருப்பவனின் இரவு, இலைகளை வியக்கும் மரம், என்றார் போர்ஹே, கதாவிலாசம், தேசாந்திரி, கேள்விக்குறி, துணையெழுத்து, ஆதலினால், சித்திரங்களின் விசித்திரங்கள், காற்றில் யாரோ நடக்கிறார்கள், கோடுகள் இல்லாத வரைபடம், மலைகள் சப்தமிடுவதில்லை, வாசகபர்வம், சிறிது வெளிச்சம், காண் என்றது இயற்கை, குறத்தி முடுக்கின் கனவுகள், என்றும் சுஜாதா, சாப்ளினுடன் பேசுங்கள், கூழாங்கற்கள் பாடுகின்றன, ரயிலேறிய கிராமம், பிகாசோவின் கோடுகள், இலக்கற்ற பயணி, ஆயிரம் வண்ணங்கள்.

திரைப்பட நூல்கள்: பதேர் பாஞ்சாலி — நிதர்சனத்தின் பதிவுகள், அயல் சினிமா, அரூபத்தின் நடனம், இன்னொரு பறத்தல், நான்காவது சினிமா, வெண்ணிற நினைவுகள், காட்சிகளுக்கு அப்பால், உலக சினிமா, பேசத்தெரிந்த

நிழல்கள், இருள் இனிது ஒளி இனிது, குற்றத்தின் கண்கள், பறவைக் கோணம், சாமுராய்கள் காத்திருக்கிறார்கள்.

குழந்தைகள் நூல்கள்: கால் முளைத்த கதைகள், ஏழு தலைநகரம், கிறுகிறு வானம், எலியின் பாஸ்வேர்டு, முட்டாளின் மூன்று தலைகள், அபாய வீரன், அண்டசராசரம், சாக்ரட்டீஸின் சிவப்பு நூலகம், நீலச்சக்கரம் கொண்ட மஞ்சள் பேருந்து, பறந்து திரியும் ஆடு, டான் டூனின் கேமிரா, விலங்குகள் பொய் சொல்வதில்லை, சிரிக்கும் வகுப்பறை, அக்கடா, கடலோடு சண்டையிடும் மீன்.

உலக இலக்கியப் பேருரைகள்: ஆயிரத்தொரு அரேபிய இரவுகள், ஹோமரின் இலியட், செகாவ் வாழ்கிறார், செகாவின்மீது பனி பெய்கிறது, எனதருமை டால்ஸ்டாய், காஃப்கா எழுதாத கடிதம், ஷேக்ஸ்பியரின் மெக்பத், ஹெமிங்வேயின் கடலும் கிழவனும், தஸ்தாயெவ்ஸ்கியின் குற்றமும் தண்டனையும், லியோ டால்ஸ்டாயின் அன்னா கரீனினா, பாஷோவின் ஜென் கவிதைகள்.

வரலாறு: எனது இந்தியா, மறைக்கப்பட்ட இந்தியா.

நாடகத் தொகுப்பு: அரவான், சிந்துபாத்தின் மனைவி, சூரியனைச் சுற்றும் பூமி.

நேர்காணல் தொகுப்பு: எப்போதுமிருக்கும் கதை, பேசிக்கடந்த தூரம்.

மொழிபெயர்ப்புகள்: நம்பிக்கையின் பரிமாணங்கள், ஆலீஸின் அற்புத உலகம், பயணப்படாத பாதைகள்.

தொகை நூல்: அதே இரவு அதே வரிகள் (அட்சரம் இதழ்களின் தொகுப்பு), வானெங்கும் பறவைகள்.

ஆங்கிலத்தில் வெளிவந்துள்ள நூல்கள்: Nothing but water, Whirling swirling sky.

இணையதளம்: www.sramakrishnan.com

மின்னஞ்சல்: writerramki@gmail.com

முன்னுரை

ஒளியின் கைகளே உலகின் காட்சிகளை வரைகிறது. இயற்கையின் வனப்பு ஒளியால் உருவானதே. பகலையும் இரவையும் இரண்டு சிற்பங்களாக்கியிருக்கிறார் மைக்கேலாஞ்சலோ, அது போலவே வான்கோ நட்சத்திரங்கள் ஒளிரும் இரவை வரைந்திருக்கிறார். அவை வெறும் காட்சிப் பதிவுகளில்லை. கலையின் உன்னதங்கள். ஒளியின் விரல்கள் முடிவில்லாமல் தாளமிடுகின்றன. அந்த இசையை நாம் ஓவியத்தில் முழுமையாக் கேட்கிறோம். மெய் மறந்து போகிறோம்.

ஒளி எப்போதும் தூய்மையின், கருணையின், அன்பின் அடையாளமாகக் கருதப்படுகிறது. அற்புதங்கள் ஒளியால் அடையாளப்படுத்தப்படுகின்றன. எல்லாச் சமயங்களும் ஒளியைக் கொண்டாடுகின்றன. ஒளி ஒவ்வொன்றின் தனித்தன்மையை நமக்குப் புலப்படவும் புரியவும் வைக்கிறது. இருள் என்பது குறைந்த ஒளி என்கிறார் மகாகவி பாரதி.

டாவின்சியும், கதேயும் ஒளியை ஆராய்ந்திருக்கிறார்கள். வண்ணங்களின் இயல்பையும், அது உருவாகும் விதத்தையும் பற்றி விரிவாக எழுதியிருக்கிறார்கள். இன்றைய விஞ்ஞானம் கண்டறிவதற்கு முன்பாகவே கலையின் வழியே ஒளியின் மகத்துவத்தை அவர்கள் புரிந்து கொண்டிருக்கிறார்கள்.

ஓவியம், சிற்பம், அனிமேஷன் திரைப்படங்கள், கேலிச்சித்திரங்கள் எனக் காண்கலைகளின் மீதான எனது விருப்பத்தின் அடையாளமே இந்தக் கட்டுரைகள்.

இந்தத் தொகுப்பினை சிறப்பாக வெளியிடும் தேசாந்திரி பதிப்பகத்திற்கும். என் வாழ்வின் ஆதாரமாக விளங்கும் மனைவி சந்திரபிரபா, பிள்ளைகள் ஹரி பிரசாத் மற்றும் ஆகாஷிற்கும், எனது இலக்கிய வழிகாட்டிகள் கவிஞர் தேவதச்சன், மற்றும் தோழர் எஸ்.ஏ.பெருமாள், நூலாக்கத்தில் உதவி செய்த குருநாதன், அன்புகரன், நூல் வனம் மணிகண்டன் உள்ளிட்ட அனைவருக்கும் அன்பும், நன்றியும்.

நவம்பர் 8. 2024 மிக்க அன்புடன்
சென்னை. எஸ்.ராமகிருஷ்ணன்

உள்ளே...

1	இரவின் உருவம்	9
2	சந்தையின் இரவுக்காட்சி	16
3	பார்வையற்ற ஓவியர்	22
4	மிதக்கும் காதலர்கள்	25
5	நிஜமில்லாத நிஜம்	31
6	மழையை வரைபவர்கள்	34
7	முகலாய வேட்டைக்காட்சிகள்	42
8	கதை சொல்லும் சிலை	56
9	காலத்தின் மணல்	59
10	மூன்று சிறுமிகள்	64
11	ஹோமரின் முடிசூட்டுவிழா	68
12	இன்பங்களின் தோட்டம்	71
13	கோனேரி ராஜபுர ஓவியங்கள்	78
14	காதலின் கண்கள்	84
15	துரோகத்தின் வெளிச்சம்	88
16	கேலிச்சித்திரங்களின் உலகம்	92
17	நிறமுள்ள சொற்கள்	95
18	காதலின் இருநிலைகள்	104
19	டாவின்சி கலையும் வாழ்வும்	110
20	அம்பு துளைக்கப்பட்ட மான்	118
21	பிரிவின் மஞ்சள் நிறம்	122
22	மழையின் கறுப்புக் கோடுகள்	127
23	குயிங் மிங் திருவிழாவின்போது	133
24	இன்மையின் உருவம்	138

1
இரவின் உருவம்

காலண்டரில் உள்ள நாட்களையும் கடிகாரம் காட்டும் நேரத்தையும் நம்பியே உலகம் இயங்குகிறது. ஆனால் கலைஞர்கள் நாளையும் நேரத்தையும் தனது கற்பனையின் வழியே மாற்றிக் கொள்கிறார்கள். புதிய தோற்றம் கொள்ளச் செய்கிறார்கள். தங்கள் விருப்பம் போலக் கலைத்துப் போட்டு அனுபவிக்கிறார்கள். கடந்தகாலம் என்ற சிறுசொல் எவ்வளவு பெரிய வாழ்க்கையை உள்ளடக்கியது என உலகம் உணரவில்லை. ஆனால் கலைஞர்கள் உணர்ந்திருக்கிறார்கள். காலம்தான் கலைஞனின் முதன்மையான கச்சாப்பொருள்.

கண்ணாடியில் நாம் காணுவது நமது தோற்றத்தை மட்டுமில்லை, வயதையும்தான் என்று கவிஞர் தேவதச்சன் ஒருமுறை சொன்னார். அது உண்மை. பத்து வயதில் கண்ணாடியில் பார்த்த என் முகமும் இன்று கண்ணாடியில் காணும் என் முகமும் ஒரே மனிதனின் வேறுவேறு வயதின் அடையாளங்கள்தானே.

காலம் காட்டும் கடிகாரம் போலவே கண்ணாடியும் செயல்படுகிறது. கடிகாரம் கடந்து செல்லும் காலத்தின் நகர்வை உணர வைக்கிறது. ஆனால் கண்ணாடி அந்தக் காலநகர்வு நமக்குள் ஏற்படுத்தும் மாற்றங்களை அடையாளப்படுத்துகிறது.

கிரேக்கப் புராணத்தின்படி ஹெமேரா என்பது நாளின் உருவகமாகும். ஹெமேராவைப் பகலின் கடவுளாகக் கருதுகிறார்கள். இது போலவே இரவின் உருவகம் மற்றும் கடவுளாகக் கருதப்படுகிறவர் நிக்ஸ். இந்திய மரபிலும் நிஷா இரவோடு தொடர்புடைய தெய்வம். அவள் விடியலின் உருவமாக இருக்கும் உஷையின் சகோதரி. பகலையும் இரவையும் விடியலையும் அந்தியினையும் வியந்து ஏராளமான கவிதைகள் எழுதப்பட்டிருக்கின்றன. செவ்வியல் கவிதைகளில் இந்த உருவகங்கள் மிகச் சிறப்பாகவே கையாளப்பட்டிருக்கின்றன.

நான் பகலை விடவும் இரவை ஆராதிப்பவன். இரவை, மயக்கும் வாசனைத் திரவியம் என்று நினைப்பவன். அதனால்தான் யாமம் என்ற நாவலை எழுதியிருக்கிறேன். உண்மையில் இரவு என்பது எழுதுபவர்களுக்கான மேஜை. இரவு என்பது காலத்தின் திரைச்சீலை. அதில் நாம் விரும்பியதை வரைந்து கொள்ளலாம்.

பகல் நம்மை இழுத்துச் செல்கிறது. பொருளியல் வாழ்க்கைக்குள் சுழல வைக்கிறது. இரவோ நம்மை விடுவிக்கிறது. கனவுகளையும் மகிழ்ச்சியினையும் கொடுத்து ஆற்றுப்படுத்துகிறது. கனவுகளைத் துரத்துபவர்களுக்கு இரவுதான் புகலிடம்.

பகலிரவை இரண்டு சிற்பங்களாக வடித்திருக்கிறார் மைக்கேலேஞ்சலோ. அது போலவே விடியலையும் அந்தியினையும் இரண்டு சிற்பங்களாக உருவாக்கியுள்ளார். இதில் இரவும் விடியலும் பெண்ணாகவும் பகலும் அந்தியும் ஆணாகவும் சித்தரிக்கப்பட்டிருக்கிறது.

மிகுந்த கலைநேர்த்தியுடன் உருவாக்கப்பட்ட இச் சிற்பங்களின் அழகும் துல்லியமும் வியக்க வைக்கிறது. குறிப்பாக, உடலின் சதைகள் மற்றும் விரல்களை மைக்கேலேஞ்சலோ மிகவும் அற்புதமாகச் செதுக்கி யிருக்கிறார். நிஜமான கைகளை, கால்மடிப்பினைக் காணுவது போல உயிரோட்டத்துடன் உள்ளது.

இந்த நான்கு சிற்பங்களில் இரவைத்தான் மைக்கேலேஞ் சலோ முதலில் செதுக்கியிருக்கிறார். நான்கில் மிகப் புகழ்பெற்ற சிற்பமும் இதுவே.

மைக்கேலேஞ்சலோ பற்றிய திரைப்படமான The Agony and the Ecstasy™ பெரிய பளிங்குப்பாறை ஒன்றை வெட்டியெடுத்து மாட்டுவண்டியில் கொண்டு வருவார்கள். அந்தப் பாறையைப் பார்த்தவுடன் மைக்கேலேஞ்சலோ அதற்குள் மோசஸ் ஒளிந்திருக்கிறார் என்று சொல்லி மகிழ்ச்சி அடைவார். தனது பணி கல்லிற்குள் உள்ள உருவத்தை வெளிக்கொணர்வது மட்டுமே என்றும் தெரிவிப்பார்.

மோசஸ் தனது நிகரற்ற படைப்பு என்பதை மைக்கேலேஞ்சலோ நன்றாக உணர்ந்திருந்தார். ஆகவே சிற்ப வேலை முடிந்ததும், "இப்போது பேசுங்கள் மோசஸ்!" என்று கட்டளையிட்டு அவரது வலது முழங்காலில் சுத்தியலால் அடித்தார் என்று சொல்கிறார்கள். பளிங்குச் சிற்பத்திற்கு உயிர் கொடுக்கும் செயலாக அந்நிகழ்வு கருதப்பட்டது. மைக்கேலேஞ்சலோவின் சுத்தியல் பட்ட அடையாளமாக மோசஸ் முழங்காலில் ஒரு வடு உள்ளது.

போப் கியுலியானோ டெல்லா ரோவரே, மைக்கேலேஞ்சலோவை ரோமுக்கு வரவழைத்து, சிஸ்டைன் தேவாலயத்தின் விதானத்தில் ஓவியங்கள் வரையும்படி கட்டளையிட்டார். The Agony and the Ecstasy திரைப்படம் அந்த நிகழ்வை விரிவாக விளக்குகிறது. அதில் மைக்கேலேஞ்சலாவின் கஷ்டங்கள் மற்றும் கலைத்திறமையை நாம் முழுமையாக அறிந்து கொள்ள முடிகிறது.

இர்விங் ஸ்டோனின் நாவலை மையமாகக் கொண்டே அப்படத்தை உருவாக்கியிருப்பார்கள். Michelangelo - Infinito என்றொரு திரைப்படம் 2017இல் வெளியானது. அதுவும் மைக்கேலேஞ்சலோவின் வாழ்வினைச் சிறப்பாகச் சித்தரித்திருந்தது.

ஓவியர்கள் மற்றும் எழுத்தாளர்களின் வாழ்க்கை வரலாற்றை நாவலாக எழுதி மிகப்பெரிய வெற்றி கண்டவர் இர்விங் ஸ்டோன். மைக்கேலேஞ்சலோ வான்கோ, பிசாரோ பற்றிய இவரது நாவல்களுக்காகத் தீவிரமான கள ஆய்வினை மேற்கொண்டிருக்கிறார். மைக்கேலேஞ்சலோவைப் பற்றி முழுமையாக அறிந்து கொள்ள இரண்டு ஆண்டுகள் இத்தாலியில் வாழ்ந்தார் என்கிறார்கள்.

பளிங்குக் கல்லில் செய்யப்பட்ட இரவுச்சிற்பம் மிகுந்த புகழ்பெற்றது. இத்தாலியின் புளோரன்ஸ் நகரிலுள்ள டிசான் லோரென்சோவிலுள்ள சாக்ரெஸ்டியா நுவாவினுள் இச்சிற்பம் இடம்பெற்றுள்ளது.

கியுலியானோ டி லோரென்சோ மெடிசியின் கல்லறை சர்கோபகஸின் இடதுபுறத்தில் இதனைக் காணலாம்.

"இந்தக் கல்லில் வாழ்க்கை தூங்குகிறது; நீங்கள் சந்தேகப்பட்டால் அதைத் தொடவும், அது உங்களிடம்

பேசத் தொடங்கும்" என்று கார்லோ ஸ்ட்ரோஸி எழுதியிருக்கிறார். இவர் புளோரண்டைன் வரலாற்றின் பல குறிப்பிடத்தக்க புத்தகங்களை எழுதியவர்.

மைக்கேலேஞ்சலோவும் லியனார்டோ டாவின்சியும் சமகாலத்தில் வாழ்ந்தவர்கள். ஆனால் இருவருக்குள் நெருக்கம் இருந்ததில்லை. டாவின்சிமீதான தனது வெறுப்பை மைக்கேலேஞ்சலோ வெளிப்படையாகக் காட்டியிருக்கிறார்.

இரவு, பகல், விடியல் மற்றும் அந்தி ஆகியவற்றை இது போலச் சிற்பங்களாக யாரும் அதற்கு முன்பாகச் செதுக்கியதில்ல. ஆகவே முன்மாதிரி இல்லாமல் உருவாக்கபட்ட சிற்பங்களாகும்.

மைக்கேலேஞ்சலோ ஒவ்வொரு சிலையிலும் உணர்வு களையே முதன்மையாக வெளிப்படுத்தியிருக்கிறார். இரவு பெண் முகத்தில் தூக்கத்தின் அமைதியைக் காண முடிகிறது. அவளது மடித்த கைகள் தலையைத் தாங்கிக் கொண்டிருந்திருக்கக் கூடும். அந்தக் கைகளிலிருந்த தலை நழுவியது போலிருக்கிறது. அவளது வயிற்று மடிப்புகள், பெரிய தொடைகள் ஆண்களின் உடலமைப்பு போன்ற சாயலைக் கொண்டிருக்கிறது. விந்தையான நிலையில் உள்ள அவளது மார்பகங்கள், அதில் மலர்மொக்கு போன்று செதுக்கப்பட்டுள்ள மார்க்காம்புகள். அவள் சந்திரன் மற்றும் நட்சத்திரத்தால் அலங்கரிக்கப்பட்ட தலைக்கவசத்தை அணிந்திருக்கிறாள். அவளது தொடையின் கீழே ஒரு ஆந்தை காணப்படுகிறது. துர்க்கனவைச் சுட்டுவது போன்ற

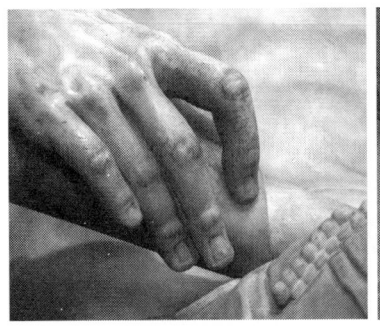

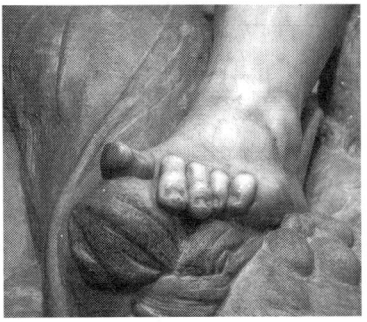

முகமூடியும் செதுக்கப் பட்டிருக்கிறது. இரவின் ஆழ்ந்த அமைதியினை உணர்த்துவதாக இச்சிற்பம் காணப்படுகிறது.

இரவோடு ஒப்பிட்டால் பகலின் தோற்றம் அவ்வளவு சிறப்பாக இல்லை. உறுதியான உடல் கொண்ட ஆணின் தோற்றம், தலை மற்றும் முகத்தின் கரடுமுரடான நிலை, மைக்கேலேஞ்சலோ அதில் இன்னமும் கூடுதலாக வேலை செய்ய வேண்டுமெ என நினைத்திருந்தார். ஆனால் கால அவகாசம் கிடைக்கவில்லை என்கிறார்கள். இந்தச் சிற்ப வரிசையில் அவர் பகலின் சிற்பத்தையே கடைசியாகச் செய்து முடித்திருக்கிறார்.

இரவு, பகல் இரண்டின் கால்விரல்களே என்னை அதிகம் வசீகரித்தன. அந்த விரல்களின் நளினம், மிருது, மடங்கிய நிலையிலுள்ள அதன் வசீகரம். உறக்கம் கால்களின் வழியேதான் உடலுக்குள் ஊடுருவுகிறது. கால்கள் ஓய்வெடுப்பது உடலின் முக்கியத் தேவை. தலையும் காலும் கொண்டுள்ள இணைவே உடலின் பிரதான இயக்கம்.

பகலெனும் ஆணின் உடல் உறுதியானது பகல்நேரத்தின் பல்வேறு பணிகளுக்கு உரிய ஆற்றல் கொண்டதாக அந்த உருவம் செதுக்கப்பட்டிருக்கிறது. கம்பீரமான, முறுக்கேறிய அந்தத் தொடைகள் வலிமையின் சான்றாக உள்ளன. பகலின் முகம் முழுமையாக முடிக்கப்படாமலிருக்கிறது.

இரவுப் பெண்ணை விடவும் விடியல் மிக அழகாகச் செதுக்கப்பட்டிருக்கிறாள். இரவைச் செதுக்கியதற்குப் பின்னால் இதனைச் செதுக்கியிருக்கிறார் என்கிறார்கள். அவளது வசீகரமான உடலமைப்பு,கால்களை உயர்த்தியுள்ள விதம், அவளது தூக்கம் கலையாத முகம், இரவின்

நெகிழ்வான வடிவத்துடன் ஒப்பிடும்போது விடியலின் முகத்தில் இனம் புரியாத சோகம் படிந்திருக்கிறது.

அந்தியின் தோற்றம் அவனது பெண் இணையை விட மிகக் குறைவான உணர்ச்சியைக் காட்டுகிறது. ஆழ்ந்த சிந்தனையுடன் கல்லறையைப் பார்க்கும் நிலையில் சிற்பமுள்ளது. இந்த நான்கு சிற்பங்களையும் பளிங்கு வடிக்கப்பட்ட கவிதைகள் என்றே அழைக்கிறார்கள்.

மைக்கேலேஞ்சலோவின் பகலிரவுச் சிற்பங்கள் இத்தாலிய மறுமலர்ச்சிகாலக் கலையின் உன்னதங்கள் என்றால் அதே பகலிரவை நவீன யுகத்தின் சால்வடார் டாலி, இரண்டு வெண்கலச் சிற்பங்களாக உருவாக்கியுள்ளார். அதில் செவ்வியல் கூறுகள் இல்லை. பாடிபில்டர்களின் உடல்வாகை போன்ற இரண்டு உருவங்களே காணப்படுகின்றன. உடலின் பகுதிகள் செதுக்கப்பட்ட விதம், நிற்கும் நிலை, முகபாவம் எல்லாவற்றிலும் நவீன மனதின் வெளிப்பாடே காணப்படுகிறது.

கியோகோ நாகசே என்ற ஜப்பானியப் பெண்கவிஞர் இரவைப் பற்றி ஒரு கவிதை எழுதியிருக்கிறார். அதில் இரவு என்பதை இன்றைக்கும் நாளைக்கும் இடையே நான் தனியாகச் செல்லும் ஒரு அமைதியான பாதை என்று குறிப்பிடுகிறார். அது போலவே பட்டுப்புழு தனது கூட்டைத் தானே உருவாக்கிக் கொள்வது போலத் தனக்கான இரவைத் தானே உருவாக்கிக் கொள்வதாகவும் அந்த இரவிற்குச் சின்னஞ்சிறு விளக்கு போதும், அது சிறிய முட்டை போன்ற சிறியதொரு உலகைத் தனக்கு உருவாக்கி தந்துவிடும் என்கிறார்.

மைக்கேலேஞ்சலோவும் இதே உணர்வைத்தான் கொண்டிருந்திருப்பார். அவரும் ஒரு கவிஞரே. கியோகோ நாகசே சொற்களால் உருவாக்கியதைத்தான் மைக்கேலேஞ்சலோ பளிங்கில் செதுக்கி கலையின் உன்னத வடிவமாக்கியிருக்கிறார்.

✦✦✦

2
சந்தையின் இரவுக்காட்சி

பெல்ஜிய ஓவியர் பெட்ரஸ் வான் ஷெண்டல் (Petrus van Schendel) வரைந்த சந்தையின் இரவுக்காட்சி ஓவியங்களில் எரியும் மெழுகுவர்த்திகளுக்கு நடுவே காய்கறி, மீன், மற்றும் பழங்களின் விற்பனை நடக்கிறது.

ஒளி எப்போதும் கருணையின், அன்பின் அடையாளமாகவே கருதப்படுகிறது. புனிதர்களின் கையிலிருந்து ஒளி பிறக்கும் காட்சியை ஓவியங்களில் கண்டிருக்கிறேன். ஒளி பேதமறியாதது. ஒளி ஒவ்வொன்றின் தனித்தன்மையை நமக்குப் புலப்படவும் புரியவும் வைக்கிறது. ஒளிரும் பொருட்களை, ஒளிபடும் விதத்தை யாவரும் விரும்புகிறார்கள். எல்லாச் சமயங்களும் ஒளியைப் புனிதமாகவே கருதுகின்றன. இருள் என்பது குறைந்த ஒளி என்கிறார் பாரதி.

பகலில் ஒருபோதும் இவ்வளவு அழகுடன் சந்தையைக் காண இயலாது. சந்தை என்றதும் நம் நினைவில் பச்சை

காய்கறிகளின் வாசனை, அழுகிப்போன காய்கறிகள், பழங்களின் குப்பைகள், பேரம் பேசும் குரல்கள், ஒருவரையொருவர் இடித்துத் தள்ளிக் கொண்டு செல்லும் மனிதர்கள்தான் வருகிறார்கள். சந்தை நடைபெறும் இடமும் நேரமும்தான் மாறுகிறதேயன்றி உலகெங்கும் சந்தையின் இயல்பு ஒன்றுபோலவே இருக்கிறது.

சந்தையில் வணிகம் செய்யும் சிறு வணிகர்களுக்கு என்றே ஒரு முகபாவமிருக்கிறது. பலருக்கும் அலாதியான குரல். அலை சட்டென மேல் எழுந்து வருவதுபோலச் சந்தையின் இயக்கம் திடீரென வேகம் கொள்ளும். பின் மதியத்தில் சந்தைக்குள் சென்றால் நாம் காணுவது கிழட்டுக் குதிரையொன்று ஓய்வெடுப்பது போன்ற காட்சியே. உருளைக்கிழங்கு மூட்டையில் தலை வைத்து உறங்கும் மனிதனையும் கேரட்டுகளை உருட்டி விளையாடும் நாய்களையும், முட்டைகோஸ்களுக்குத் தண்ணீர் தெளித்துக் கொண்டிருக்கும் பெண்களையும் கண்டிருக்கிறேன்.

மின்விளக்குகளின் கண்கொள்ளாதபிரகாசம் ஜொலிக்கும் இன்றைய நகர அங்காடிகளுக்கும் இந்தக் காட்சிக்கும் இடையில் இருநூறு ஆண்டு இடைவெளியிருக்கிறது.

மதுரைக்காஞ்சி நாளங்காடி, அல்லங்காடி என இருவகை வணிகத்தைக் குறிப்பிடுகிறது. இரவில் நடக்கும்

வணிகத்தைக் குறிக்கும் அல்லங்காடியில் ஷெண்டல் வரைந்துள்ளது போலத்தான் பந்தங்கள் எரிந்து கொண்டிருக்கக் கூடும். மதுரையின் இரவுக்காட்சியினை விரிவாக இலக்கியம் பதிவு செய்துள்ளது. ஆனால் அக்கால ஓவியம் எதுவும் நமக்குக் கிடைக்கவில்லை.

ஷெண்டலின் ஓவியத்திற்குத் தனித்துவம் தருவது அதில் வெளிப்படும் ஒளி மற்றும் துல்லியமான முகங்கள். மெழுகுவர்த்தியின் வெளிச்சத்தில் விற்பனை செய்யும் பெண்ணும் வாங்குபவரும் விநோதமான அழகுடன் தோன்றுகிறார்கள். தெரு விளக்கின் வியப்பூட்டும் அழகு. சந்தை நடக்கும் இடத்தின் பின்னுள்ள வானில் கலங்கிய நிலவு, கலைந்த மேகம் தென்படுகிறது. அந்தக் கால எடைக்கருவிகள், பேரம் பேசும் முகங்கள், மரமேஜைகள். விற்பவர், வாங்குபவர் இருவரின் உடைகள், அவர்கள் வைத்துள்ள கூடை, பின்புறத்தே தெரியும் பெரிய குடியிருப்புகள், நிழல் தோற்றங்களாகத் தெரியும் தொப்பி அணிந்த பிரபுக்கள் என நாம் காணும் காட்சி மாய உலகமாக விரிகின்றது.

இந்த இரவுக்காட்சி ஓவியங்களில் பெரும்பாலும் வீட்டுப்பணியாளர்களே சந்தைக்கு வருகை தந்து பொருட்களை வாங்குகிறார்கள். அதிலும் குறிப்பாக, இளம் மற்றும் நடுத்தர வயதுப் பெண்கள். அவர்கள் சமையல் வேலையிலும் வீட்டு பராமரிப்பிலும் பணியாற்றுகிறவர்கள். வழக்கமான வாடிக்கையாளர்கள்

என்பது அவர்கள் நிற்கும் தோரணையிலும் முகபாவனையிலும் வெளிப்படுகிறது. கடைப்பெண்கள் என்ன சொல்ல வருகிறார்கள் என்பதைச் சற்றே காது கொடுத்தால் கேட்டுவிடலாம் என்பது போல ஓவியம் வரையப்பட்டிருக்கிறது.

சந்தையில் காய்கறி, பழங்கள் விற்பனை செய்வதும் பெண்களே. ஷெண்டல் ஹேக்கின் இரவு சந்தை, வெள்ளிக் கிழமை காலையில் கூடும் காஸ்மார்க் அல்க்மார் போன்றவற்றை வரைந்திருக்கிறார். காஸ்மார்க் சந்தை வெண்ணெய் விற்பனைக்குப் பெயர்போனது. அங்கே வெண்ணெய் வர்த்தகம் 1365இல் தொடங்கியிருக்கிறது. மிகப்பெரிய வெண்ணெய் கட்டிகளைக் கொண்டு வருவதற்கென்றே மரவண்டிகள் இருந்தன. வெண்ணெய் வாங்க விரும்புகிறவர்கள் சைகையால்தான் விலை பேசுவார்கள். அந்தக் காட்சியினையும் ஷெண்டல் சிறப்பாக வரைந்திருக்கிறார்.

இந்த ஓவியம் ஹேக்கில் உள்ள டி க்ரோட் மார்க்கின் ஒரு மூலையைச் சித்தரிக்கிறது. இடதுபுறத்தில் ஒரு கோழி வியாபாரி மெழுகுவர்த்தி வெளிச்சத்தில் இரண்டு பெண்களிடம் விற்பனை செய்கிறான். வலது புறத்தில் உள்ள கடையில், பழங்கள் வாங்குபவருக்கு முன்னால் மெழுகுவர்த்திச் சுடர் அசைகிறது. இரண்டு ஸ்டால்களுக்கு இடையில் பெட்டிகளை ஏற்றிய சக்கர வண்டியைத் தள்ளுவதற்கு ஒரு ஆள் அமர்த்தப்பட்டிருக்கிறார். பின்னணியில், மக்கள் சந்தைக்குள் நடந்து செல்கிறார்கள். அதே நேரத்தில் ஓவியத்தின் வலதுபக்கம் ஒரு விளக்கு வீடுகளின் முகப்புகளையும் தெருவின் நுழைவாயிலையும் ஒளிரச் செய்கிறது.

அவரது ஓவியங்களில் விடிகாலையில் நடக்கும் சந்தையை விவரிக்கும் ஓவியமும் இருக்கிறது. ஏதோ கனவில் காண்பது போன்ற காட்சியது. உணர்ச்சிகளின் மொழியாக ஒளியை வரைந்திருக்கிறார் ஷெண்டல்.

அந்தக் காலத்தில் ஒளியின் பிரதான வடிவங்கள் மெழுகுவர்த்திகள் மற்றும் எண்ணெய் விளக்குகளே. அவற்றிலிருந்து வரும் வெளிச்சத்தின் அடர்த்தி மற்றும் பரப்பளவு குறைவானதே.

மெழுகுவர்த்தி அல்லது நிலவில் ஒளிரும் சந்தை காட்சிகள் 'நாக்டார்ன்கள்' என்று அழைக்கப்படுகின்றன இந்த வகை 17ஆம் நூற்றாண்டில் ரெம்ப்ராண்டின் மாணவர் ஜெரார்ட் டூ *(1613—1675)* என்பவரால் பிரபலமடைந்தது. மைக்கேலேஞ்சலோ, காரவாஜியோவின் *(1573—1610)* ஓவியங்களில் காணப்படும் மாயத்தன்மையான ஒளியின் பயன்பாட்டினால் இவர்கள் ஈர்க்கப்பட்டனர். அந்த மரபின் அடுத்த கண்ணியாகவே ஷெண்டல் அறியப்படுகிறார்.

பொருள்கள் மற்றும் மனிதர்கள்மீது ஒளிபடும் விதம், அதன் பிரதிபலிப்பு, அதனால் ஏற்படும் உணர்வுநிலை மாற்றங்கள் இவற்றையே ஓவியங்கள் முதன்மையாகக்

கொண்டிருக்கின்றன மெழுகுவர்த்தியின் வெளிச்சத்தின் இளம் பெண்ணின் வெதுவெதுப்பான மென்மையான மற்றும் ஒளி ஊடுருவக்கூடிய தோல் மினுமினுப்படைந்து காணப்படுகிறது.

1818இல் உலகிலே முதன்முறையாகப் பாரிஸ் நகரில் தான் தெரு விளக்குகள் அறிமுகமாகின. அப்போது தெருவிளக்கிலும் மெழுகுவர்த்தியே பயன்படுத்தப்பட்டது. 1829 இல் பாரிஸ் கேஸ் லைட் எனப்படும் எரிவிளக்குகளை நிறுவியது. இந்த விளக்குகள் ஒவ்வொன்றும் பத்து மெழுகுவர்த்திகளுக்குச் சமமான ஒளியை வழங்கியது. 1870வாக்கில், பாரிஸ் முழுவதும் இருபதாயிரத்திற்கும் மேற்பட்ட கேஸ் லைட்கள் அமைக்கப்பட்டன. ஷெண்டல் ஓவியம் ஒன்றில் சந்தையின் ஒரு பகுதியில் புனிதரின் பெயரில் யாசகம் கேட்கும் ஒருவருக்குக் காணிக்கை தருகிறாள் ஒரு இளம்பெண். இரவுக் காட்சிக்குள்தான் எத்தனை மடிப்புகள்.

பணக்காரர்கள் மட்டுமே தங்கள் வீடுகளில் மெழுகுவர்த்திகள் நிறைந்த சரவிளக்குகளை வாங்கிப் பயன்படுத்தினார்கள். உலகின் பல நகரங்களில், பத்தொன்பதாம் நூற்றாண்டின் பிற்பகுதியில்கூட, மெழுகுவர்த்திகளே வெளிப்புற நிகழ்வுகளை ஒளிரச் செய்யப் பயன்படுத்தப்பட்டன. அதன் சாட்சியமாகவே ஷெண்டலின் ஓவியங்கள் உள்ளன.

ஷெண்டலின் ஓவியங்களில் வெளிப்படும் ஒளியின் அழகு நம்மை மயக்குகிறது. அவரது ஓவியத்திலுள்ள பெண்களும் அவர்களின் உடையும் வெர்மீரின் பெண்களை நினைவூட்டுகின்றன.

இரவு எப்போதும் பகலை விட மர்மமானது. மேலும் எந்த நேரத்திலும் அணைந்துவிடக்கூடிய ஒளிரும் மெழுகுவர்த்தியின் வெளிச்சத்தில், பொருட்களின் இயல்பு மறைந்து மாயத்தன்மை கூடிவிடுகிறது. ஒளி எவ்வளவு விலைமதிப்பற்றது என்பதையே ஷெண்டலின் ஓவியங்கள் புரிய வைக்கின்றன.

❖❖❖

3
பார்வையற்ற ஓவியர்

திறந்த ஜன்னல்கள் கொண்ட ஒரு அறையில், கடலை நோக்கியபடி மூன்று உருவங்கள் காணப்படுகின்றன. நீலம் மற்றும் சிவப்பு வண்ணங்கள் உபயோகப்பட்டுள்ள விதம் மற்றும் உருவங்களின் தனித்தன்மை நம்மை வசீகரிக்கிறது.

பிரிட்டிஷ் ஓவியர் சர்கி மான் (Sargy Mann) வரைந்த இந்த ஓவியத்தைக் காணும் போது இது பார்வையற்றவர் வரைந்த ஓவியம் என்று நினைக்கமுடியவில்லை. பொதுவாகப் பார்வையற்றவர்கள் என்றால் அவர்களால் நிறத்தைப் பிரித்து அறிந்து கொள்ளமுடியாது என்றே பொதுப்புத்தியில் பதிந்து போயிருக்கிறது.

ஆனால் போர்ஹெஸ் போன்ற பார்வையற்ற எழுத்தாளர் தனக்கு மஞ்சள் நிறத்தின்மீது தனிவிருப்பம் என்று சொல்வதையும் நிறத்தை துல்லியமாகத் தனது எழுத்தில் வெளிப்படுத்துவதையும் காணும் போது வியப்பாக இருக்கிறது. சர்கி மான் திடீரெனப் பார்வை

இழப்பிற்கு உள்ளானவர். ஆகவே மனதில் பதிந்துள்ள நிறத்தை ஓவியத்தில் துல்லியமாக வெளிப்படுத்துகிறார். வண்ணங்களை அடையாளம் கண்டுகொள்வதற்காகச் சிறப்புப் புள்ளியை உருவாக்கியிருக்கிறார்.

இசைக்குறிப்புகள் போல இந்தக் குறிப்புகளை வைத்து அவரால் வண்ணங்களைப் பயன்படுத்த முடிகிறது. கேன்வாசில் தான் வரைய வேண்டிய உருவங்கள் மற்றும் நிலக்காட்சிகளையும் இப்படிக் குறியீடுகளாகப் பிரித்துக் கொண்டுவிடுகிறார். பின்பு அதை அடிப்படையாகக் கொண்டு படம் வரைகிறார். ஓரான் பாமுக்கின் மை நேம் இஸ் ரெட் நாவல் நுண்ணோவியர்களின் உலகை விவரிக்கிறது.

மங்கலான மெழுகுவர்த்தி வெளிச்சத்தில் தங்களுடைய வேலையைத் தொடர்ந்து செய்து கொண்டிருந்த ஒட்டோமான் மற்றும் பாரசீக நுண்ணோவியர்களுக்குக் கொஞ்சம் கொஞ்சமாகப் பார்வை இழப்பு ஏற்பட்டு இறுதியில் முற்றிலும் பார்வை போய்விடும். அதைத் தங்கள் திறமைக்குக் கடவுள் அளித்த பரிசு என்றே ஓவியர்கள் கருதியிருக்கிறார்கள்.

ஒரு பார்வையற்ற நுண்ணோவியர் கலையின் உச்சத்தைத் தான் அடைந்துவிட்டதாகவே உணர்ந்திருக்கிறார். பார்வை போனதைப் பற்றி அவருக்கு ஒரு புகாரும் இல்லை.

துருக்கிய ஓவியர், Eşref Armağan பிறப்பிலேயே பார்வை யற்றவர். வியப்பூட்டும் ஓவியங்களை வரைந்திருக்கிறார்.

மான் 1989 முதல் பார்வை இழப்பிற்கு உள்ளாக ஆரம்பித்து 2005 ஆம் ஆண்டிலிருந்து முற்றிலும் பார்வையற்றவராகவும் மாறியிருக்கிறார்.

காட்சிகளை முழுவதுமாக உள்ளுணர்வின் வழியாகப் புரிந்துகொள்வதும் வெளிப்படுத்துவதுமாக இருக்கிறார் மான். அடர்வண்ணங்கள் இசையைப் போன்றவை. அவற்றைக் கையாளுவது மகிழ்ச்சி அளிக்கிறது என்கிறார் மான்.

பார்வையற்ற நிலையில் ஒரு ஓவியர் தனது நினை வாற்றலையும் அனுபவத்தையும் நம்பியே படம் வரைகிறார். ஓவியம் வரைவதற்குக் கண்தான் பிரதானமானது என்ற எண்ணத்தையும் மாற்றுகிறார். கலை அவருக்கு மீட்சியாக அமைந்துவிடுவதைக் காண முடிகிறது.

❖❖❖

4
மிதக்கும் காதலர்கள்

மார்க் சாகலின் ஓவியங்கள் கதை சொல்லக் கூடியவை. அச்சிடப்பட்ட கதைகளை வாசிப்பதைப் போல அவரது ஓவியத்தில் மறைந்துள்ள கதைகளையும் நம்மால் படிக்க முடியும். அவை நினைவின் சிதறிய வடிவங்கள்.

மார்க்சாகலை மகிழ்ச்சியின் ஓவியன் என்றே சொல்வேன். பிராயத்தின் கனவுகள் போன்ற காட்சிகளையே தொடர்ந்து வரைந்திருக்கிறார். தனது நினைவுகளையும் கனவினையும் ஒன்று சேர்த்து ஓவியமாக்குகிறார்.

அவரது ஓவியத்தில் பசு நீலநிறமாக இடம்பெறுகிறது. ஆடு வயலின் வாசிக்கிறது. மனிதர்கள் வானில் பறக்கிறார்கள். ஆகாசமும் பூமியும் இடம் மாறியிருக்கின்றன. அவரது உலகம் மகிழ்ச்சியால் நிரம்பியிருக்கிறது.

நேரடியாக அவர் எதையும் காட்சிப்படுத்துவதில்லை. மாறாக, உருவங்களை மிதக்கவிடுகிறார். துயரமும் நெருக்கடியும் கொண்ட சொந்த வாழ்க்கையை அனுபவித்த

ஒளியின் கைகள் ᵠ25

போதும் அவரது ஓவியங்களில் அவை வெளிப்படவில்லை. மாறாக, உலகின்மீது பெரும் நம்பிக்கையும் காதலும் கொண்டதாகவே அவரது ஓவியங்கள் உள்ளன.

ஒருவர் ஓவியத்தின் முன் நிற்கும்போது என்ன நடக்கிறது?

முதலில் அவர் உருவங்களையும் அது வரையப்பட்ட விதத்தையும் அதற்குப் பயன்படுத்தப்பட்ட வண்ணத்தையும் காணுகிறார். பின்பு ஓவியத்தினுள் ஒரு இயக்கம் இருப்பதை உணருகிறார். ஓவியத்திலுள்ள அமைதி அவரைக் கவருகிறது. ஓவியத்தில் ஏதோ ஒரு இடம் அல்லது பொருள், மனிதர் அவருடன் ஒன்றிணைவதாக உணருகிறார். பின்பு ஓவியத்துடன் அவர் உரையாட ஆரம்பிக்கிறார். அது மொழி கடந்த உரையாடல். தனது கற்பனையின் துணையோடு ஓவியத்தினை மலர வைக்கிறார். அந்த விரிவு கொள்ளுதலில் அவரது மனமும் ஓவியமும் இணைந்து இயங்குகின்றன. அவருக்குள் மாற்றம் உருவாகிறது. திடீரெனப் புறஉலகை அவர் வியப்போடு பார்க்க ஆரம்பிக்கிறார். காலமும் வெளியும்தான் ஓவியத்தின் பிரதான களங்கள் என்பதைப் புரிந்துகொள்கிறார்.

ஒளிதான் ஓவியத்தின் மாயத்திரவம் என அறிகிறார். இயற்கையை ஓவியங்கள் நகலெடுப்பதில்லை. மாறாக, நுண்மையாக்குகின்றன. பிரம்மாண்டமானதாக்குகின்றன. பொருளின் தோற்றம் என்பதில் அதன் வடிவம், நிறம், ஒளியில் அது தெரியும் விதம், இன்னொரு பொருளுடன்

கொண்டுள்ள உறவு என்று பலநிலைகள் இருப்பதை உணருகிறார். ஓவியம் அவருக்குக் கற்றுத் தருகிறது. ஓவியத்தின் உள்ளிருக்கும் இசையை அவர் கேட்க ஆரம்பிக்கிறார். ஓவியம் மாற்றுஉலககென உணருகிறார். அப்படி மார்க் சாகலின் ஓவியங்களைக் காணும்போது நாம் முதலில் உணருவது அவரது விளையாட்டுத்தனத்தை. அது மகிழ்ச்சியின் வெளிப்பாடாகவே எப்போதும் அமைகிறது.

சாகலின் பிறந்தநாள் ஓவியத்தில் நாம் காணுவது காதலுற்ற இருவரின் பறத்தலை. அந்தப் பெண்ணை முத்தமிடும் காதலன் பறந்த நிலையில் காணப்படுகிறான். அவர்கள் காதலின் சுழற்காற்றால் நிச்சயமற்ற முறையில் கொண்டு செல்லப்படுகிறார்கள். அவனது தலை சூரியகாந்திப் பூ போல வளைந்து திரும்பியிருக்கிறது. பரவசத்துடன் அவளை முத்தமிடுகிறான்.

பிறந்த நாள் கொண்டாடும் பெண் மகிழ்ச்சியோடு காணப்படுகிறாள். அவளது கையில் மலர்க்கொத்து உள்ளது. அந்த வீடு, உடைகள், காலணிகள் யாவும் துல்லியமாக வயைரப்பட்டுள்ளன.

ஓவியத்தில் காணப்படுவது மார்க் சாகலின் காதலி பெல்லா ரோசன்ஃபெல்ட்.

காதல் புவியீர்ப்பு விசையைத் தாண்டியது. ஆகவே தான் இதில் காதலன் காற்றில் மிதக்கிறான்.

இந்த ஓவியத்திலுள்ள தருணம் பற்றி சாகல் சிறிய குறிப்பு ஒன்றை எழுதியிருக்கிறார்

“அந்தச் சிறிய அறையால் உன்னை அடக்க முடியாது என்பது போல் நீ ஒற்றைக் காலில் நின்றாய். உனது தலை என்னை நோக்கித் திரும்பியது. என்னுடைய தலை உனக்கானதாக மாறியது. நாங்கள் பூக்கள், மூடப்பட்ட வீடுகள், கூரைகள், முற்றங்கள், தேவாலயங்கள் ஆகியவற்றின்மீது பறந்தோம்”.

அவரது ஓவியத்தில் பெல்லா எப்போதும் வெள்ளை அல்லது கறுப்பு உடையே அணிந்திருக்கிறாள். அவளை வானுலகிலிருந்து தன்னை மீட்க வந்த தேவதையாகவே சாகல் சித்தரிக்கிறார். அவரும் பெல்லாவும் திருமணம்

செய்து கொள்வதற்குச் சில வாரங்களுக்கு முன்பு இந்த ஓவியத்தை வரைந்திருக்கிறார்.

சாகல் தனது காதலி பெல்லாவை 25 ஜூலை 1915 அன்று திருமணம் செய்து கொண்டார். யூத கிராமத்தில் வளர்ந்த சாகல், தனது படைப்புலகின் ஆதாரமாக ஸ்லாவிக் மரபைக் கொண்டிருந்தார். இந்த மரபைத் தெரிந்து கொள்ளும்போது அவரது ஓவியங்களில் உள்ள வெவ்வேறு குறியீடுகளின் அர்த்தத்தைப் புரிந்து கொள்ளலாம்.

உதாரணத்திற்கு, ஒருவரின் வீட்டிற்கு விருந்தினராகச் செல்வது என்பது அந்த வீட்டிற்குள் பறப்பது என்றும் அர்த்தம் தொனிக்கும். அப்படியான மறைவான பொருள் இருக்கிறது. அதையே சாகல் தனது ஓவியத்தில் வெளிப்படுத்துகிறார்.

சாகல் தனது ஓவியங்களில் ஒரு கூட்டு வாழ்வினை உருவாக்கினார். அவரது ஓவியத்தில் இடம்பெற்றுள்ள கோழி, சேவல், மாடு, செம்மறி ஆடு, பன்றி, குதிரை போன்ற விலங்குகள் யூத மக்களின் வாழ்க்கையுடன் நெருங்கிய தொடர்புடையவை மற்றும் ஆன்மீகக் குறியீடாகவும் அறியப்படுபவை.

அவரது ஓவிய பாணி கிழக்கு ஐரோப்பிய யூத கலாச்சாரத்தின் கதைசொல்லலிலிருந்து பிறந்தது.

ஹென்றி மேட்டிஸ்ஸேக்குப் பிறகு வண்ணங்களைச் சரியாகப் புரிந்துகொண்டு பிரயோகிக்கும் ஒரே கலைஞர் சாகல் மட்டுமே என்கிறார் பிக்காசோ.

அது உண்மை என்பதை அவரது நிறத்தேர்வே அடையாளப்படுத்தும். குறிப்பாக சாம்பல், நீலம், சிவப்பு நிறங்களை அவர் பயன்படுத்தும் விதம் அழகானது. மனிதனின் அகநிலையின் வெளிப்பாடாகவே சாகல் வண்ணங்களைத் தேர்வு செய்கிறார்.

ரஷ்யாவின் வைடெப்ஸ்க் என்ற சிறிய நகரத்தில் வசித்த யூதக்குடும்பத்தில் பிறந்தவர் மார்க் சாகல். முதலாம் உலகப் போரின் வெடிப்பும் பின்னர் ரஷ்யப் புரட்சியும் அவரைப் பாதித்தன. அவர் நாட்டை விட்டு வெளியேறி பாரிஸ் மற்றும் பெர்லினில் வசித்திருக்கிறார்.

ஐரோப்பாவின் அரசியல் சூழ்நிலை காரணமாக, அவர் 1941இல் நியூயார்க்கிற்குக் குடிபெயர்ந்தார்.

சாகலும் அவரது மனைவியும் 1923இல் பாரிஸுக்குச் சென்றார்கள்.அங்கே, வளர்ந்து வரும் நாஜி அச்சுறுத்தல் மீண்டும் சாகலை நெருக்கடியின் விளிம்பிற்குத் தள்ளியது. அவரது ஐம்பதுக்கும் மேற்பட்ட ஓவியங்கள் நாஜிகளால் பறிமுதல் செய்யப்பட்டன. அவற்றில் நான்கு, சீரழிந்த கலையின் அடையாளமாக நாஜிகள் நடத்திய கண்காட்சியில் காட்சிப்படுத்தப்பட்டன. சாகலும் அவரது மனைவியும் ஐரோப்பாவில் யூதர்களுக்கு ஏற்பட்டு வரும் நெருக்கடியை உணர்ந்தார்கள். தாங்கள் கைது செய்யப்படுவோம் என்ற நிலையில்தான் அவர் இடம்மாற முடிவு செய்தார்.

அரசியல் நெருக்கடிகளால் அவரது வாழ்க்கை துரத்தப்பட்டது. ஆயினும் மகிழ்ச்சியின் தடயங்களையே அவர் வரைந்தார். சர்ரியலிஸ்ட்டுகள் தங்கள் இயக்கத்தின் முன்னோடி என்று சாகலைக் குறிப்பிடுகிறார்கள். ஆனாலும் சாகல் தனது சொந்தக் கலாச்சாரம் மற்றும் பின்னணியிலிருந்தே தான் வரைவதாகவும், டாலி போன்ற சர்ரியலிஸ்ட்டுகளிடமிருந்து தான் மிகவும் வேறுபட்டவர் என்றும் சொல்கிறார்.

சர்க்கஸ்மீது தீவிர ஈடுபாடு கொண்டிருந்த சாகல் அதன் நினைவுகளை ஓவியமாக வரைந்திருக்கிறார். சர்க்கஸ் போலவே நமது தினசரி வாழ்க்கையினைச் சாகசக்காட்சிகளாக மாற்றிக் காட்டியிருக்கிறார்.

மொசார்ட் தனது இசையால் உலகை சந்தோஷப்படுத்துவது போல நான் வண்ணங்களால் உலகைச் சந்தோஷமாக்குகிறேன் என்கிறார் சாகல். அவரது பெரும்பான்மை ஓவியங்களில் காதலர்கள் ஒரு மர்மமான நீல நிறத்தால் சித்தரிக்கப்படுகிறார்கள். தனது வண்ணத்தேர்வு பற்றி சாகல் ஒரு குறிப்பை எழுதியிருக்கிறார்.

In our life there is a single color, as on an artist's palette, which provides the meaning of life and art. It is the color of love . . . If I create from the heart, nearly everything works; if from the head, almost nothing.

நீல நிறம் பெரும்பாலும் அமைதி மற்றும் சோகத்துடன் தொடர்புடையது என்றாலும் சாகல் அந்த வண்ணத்தை முழுமையான மகிழ்ச்சி மற்றும் நிலையான அழகின் வண்ணமாக்கிவிடுகிறார். காதலின் நிறம் நீலம் என்கிறார் சாகல். அந்தத் தனித்துவமே அவரை நிகரற்ற கலைஞராகக் கொண்டாட வைக்கிறது.

✦✦✦

5
நிஜமில்லாத நிஜம்

நிஜமான பசு ஒன்று ஓவியத்திலிருக்கும் பசுவைப் பார்த்துக் கொண்டிருப்பது போல வரைந்திருக்கிறார் மார்க் டான்சி. The Innocent Eye Test என்ற அந்த ஓவியம் எது யதார்த்தம் என்ற கேள்வியை எழுப்புகிறது.

டச்சு ஓவியர் பவுலஸ் பாட்டர் வரைந்த பசுக்களின் ஓவியத்தைத் தான் இந்தப் பசு பார்த்துக் கொண்டிருக்கிறது. அதே ஓவியத்தின் இடதுபுறத்தில் மோனெட்டின் வைக்கோல் போர் ஓவியம் காணப்படுகிறது.

"வெவ்வேறு யதார்த்தங்கள் ஒன்றுக்கொன்று எவ்வாறு தொடர்பு கொள்கின்றன" என்று ஆராய்வதில் ஆர்வம் கொண்டவர் மார்க் டான்சி.

வரையப்பட்ட சித்திரம் என்பது தனியுலகம். அங்கே நாம் காண்பவை நிஜமில்லை. ஆனால் நிஜம் போன்று தோற்றம் அளிக்கக் கூடியவை. அங்கே காணப்படும் உருவங்கள், நிலப்பரப்பு, இயக்கம் யாவும் நிஜத்தை

ஒளியின் கைகள் ழ31

நினைவுபடுத்துகின்றன. ஆனால் கற்பனையான தளத்தையும் கொண்டிருக்கின்றன.

சீனக் கதை ஒன்றில் ஓவியத்தின் வழியாக இயற்கை மீது காதல்கொண்ட அரசன் குறிப்பிட்ட இயற்கைக் காட்சியை நேரடியாகக் காணும்போது அது ஓவியம் போலில்லை என்று கோபித்துக் கொள்கிறான். இயற்கையை ஓவியம் நகலெடுப்பதில்லை என்று ஓவியன் விளக்குகிறான். தனக்குக் கலையின் வழியே வெளிப்படும் இயற்கைதான் வேண்டும் என்கிறான் மன்னன். இந்தக் கதை விவரிப்பதையே மார்க் டான்சி தனது ஆய்வாகக் கொண்டிருக்கிறார்.

அவரது ஓவியத்தில் வரையப்பட்ட பசுவைச் சட்டகத்திற்கு வெளியே நிற்கும் பசு காணுகிறது. அந்தப் பசுவும் வரையப்பட்டதுதான். ஆனால் உண்மையும் கற்பனையும் ஒன்றையொன்று சந்தித்துக் கொள்வது போல நாம் உணருகிறோம் ஓவியத்திலிருக்கும் பசுவைச் சட்டகத்திற்கு வெளியே நிற்கும் பசு நிஜமானதாக நினைக்குமா என்று அருகில் விஞ்ஞானிகள் பார்த்துக் கொண்டிருக்கிறார்கள்.

ஓவியம் சித்தரிப்பதுதான் யதார்த்தமா அல்லது சட்டகத்திற்கு வெளியே மாடு பார்த்துக் கொண்டிருப்பது தான் யதார்த்தமா என்ற கேள்வியை மார்க் எழுப்புகிறார்.

கேலரியில் உள்ள ஓவியத்தை நாம் பார்த்து ரசித்துக் கொண்டிருப்பதை விலகி நின்று ஒருவர் பார்த்துக் கொண்டிருப்பது போன்ற அனுபவத்தையே ஓவியம் தருகிறது.

உண்மையில் ஒரு பசு, ஓவியத்திலுள்ள பசுவைக் காணும்போது என்ன நினைக்கும், எப்படிப் புரிந்து கொள்ளும் என்று கேட்கிறார் மார்க். விலங்குகளின் கலையுணர்வு பற்றிப் பல்வேறு அறிவியல் பரிசோதனைகள் நடைபெற்றிருக்கின்றன. குரங்கினை வண்ணம் தீட்ட வைத்திருக்கிறார்கள். நாய்களுக்குப் பயிற்சி கொடுத்துப் படம் வரையச் செய்திருக்கிறார்கள். அந்த முயற்சிகள் வெற்றிபெறவில்லை. விலங்குகளைக் குறியீடுகளாக, உருவகமாக இலக்கியம் மாற்றியது. பூமியில் வாழாத விலங்குகளைக் கற்பனையாக வரைந்திருக்கிறார்கள். விலங்குகளில் சில தெய்வீகத்தன்மை கொண்டதாகக் கருதப்படுகின்றன. கிரேக்க, சீன, இந்திய இலக்கியங்களில் விலங்குகளின் உருவம் எடுத்துக் கடவுள்கள் பூமிக்கு வருகிறார்கள், செயலாற்றுகிறார்கள். இன்று விலங்குகளின் கலைஉணர்வைப் புரிந்து பல்வேறு பரிசோதனைகள் நடைபெறுகின்றன. ஆயினும் எந்த முடிவையும் எட்ட முடியவில்லை.

மார்க் ஓவியத்திலுள்ள யதார்த்தம் பற்றி மட்டுமின்றிப் பொதுவாகக் கலைகளைப் புரிந்துகொள்வதிலுள்ள சிக்கலையும் வெளிப்படுத்தும் விதமாக இந்த ஓவியத்தை வரைந்திருக்கிறார். அந்த வகையில் இது மிகவும் தனித்துவமான கலைப்படைப்பாகக் கருதப்படுகிறது.

ஒளியின் கைகள் p33

6
மழையை வரைபவர்கள்

கியோமிசு கோவிலில் பெய்யும் மழை என்ற ஹசுய் கவாஸின் (Hasui Kawase) ஓவியத்தைக் கண்டபோது ரஷோமான் திரைப்படத்தின் முதற்காட்சி நினைவில் எழுந்தது.

ரஷோமான் நுழைவாயிலில் மழை பெய்வதில்தான் படம் துவங்குகிறது. கற்படிக்கட்டுகளில் வழிந்தோடும் மழையைக் காணுகிறோம். மழைக்கு ஒதுங்கிய இருவரைக் காணுகிறோம்.

மழைக்குள்ளாக நினைவு கதையாக மாறுகிறது. அவர்களில் ஒருவர் எனக்குப் புரியவில்லை என்று சொல்வதில்தான் படம் துவங்குகிறது. புரியவில்லை என்று அவர் சொல்வது மனிதர்களின் செயலை, கண்முன்னே நடந்தேறிய நிகழ்வுகளை.

அந்தச் சொல்லின் பின்னே ஒளிந்துள்ள கதையைத் தான் படம் விவரிக்கிறது. மழையில்லாமல் அக்

காட்சி உருவாக்கப்பட்டிருந்தால் இத்தனை நெருக்கம் தந்திருக்காது. அந்தக் காட்சியில் மழை நம்மையும் கதை கேட்கத் தூண்டுகிறது.

ஜப்பானிய ஓவியர்கள் இயற்கைக் காட்சிகளை, கடலை, மழையை, பனி பெய்வதை, மலர்களை நிறைய வரைந்திருக்கிறார்கள். இயற்கை ஜப்பானியக் கலைமரபில் நிரந்தரம் மற்றும் நிலையற்ற தன்மையின் அடையாளமாகக் கருதப்படுகிறது. ஆகவே பருவ காலங்களை வரைவதும் எழுதுவதும் கலைஞர்களின் முதன்மைச் செயல்பாடாக விளங்கியிருக்கிறது.

உண்மையும் அழகும் ஒன்று சேருவதே கலையின் அடிப்படை என ஜப்பானியர்கள் நம்புகிறார்கள். உண்மை என்பது தோற்றம் தரும் அனுபவமில்லை. ஆகவே மலர்களை வரையும்போது முழுமையின் அடையாளமாக, நிரந்தரமின்மையின் குறியீடாக வரைகிறார்கள். இயற்கை கடந்தகாலத்தை நினைவு வைத்திருப்பதில்லை. அது எப்போதும் நிகழ்காலத்திலே வாழுகிறது. அந்த நிகழ்காலத்தில் வாழ்வதைத்தான் பௌத்தம் சுட்டிக் காட்டுகிறது. அந்த வகையில் இயற்கையை அறிவதும் பௌத்த ஞானமரபே. ஓவியர்கள் இயற்கைக் காட்சியை வெறுமனே வியப்பதில்லை. மாறாக, அதன் தனித்துவ அழகினை அடையாளம் காட்டுகிறார்கள்.

மழையை வரைவது எளிதானதில்லை. ஒரு மரம் மழையை எதிர்கொள்ளும் விதமும் மனிதர்கள் எதிர்கொள்வதும் ஒன்றானதில்லை. ஆகவே மழையின் வழியே உருமாறும் தினசரி வாழ்க்கையை, உடலின் இயக்கத்தை, காட்சிகளின் விநோத அழகை வரைந்து காட்டுகிறார்கள்.

ஜப்பானியர்களுக்கு மழை சிறப்பு. முக்கியத்துவம் வாய்ந்தது. மழையைக் குறிப்பதற்கு ஜப்பானிய மொழியில் குறைந்தபட்சம் 50 வார்த்தைகள் உள்ளன. ஜப்பானிய மரச்செதுக்கு ஓவியங்களில் மழை முக்கிய கருப்பொருளாக உள்ளது. பாரம்பரிய மழை சடங்குகள் இன்றும் தொடர்கின்றன.

ஹசுய் கவாஸ் ஓவியத்தில் கியோமிஸு கோவிலில் குடைபிடித்தபடி ஒருவர் மழையை ரசிக்கிறார். இது திடீர் மழையில்லை. அவரது உடையைக் காணும்போது மழைக்காலத்தின் ஒரு நாளை ஓவியர் வரைந்திருக்கிறார் என்பதை உணருகிறோம்.

தொலைதூரத்து மலையும், காற்றின் சீரான வேகமும் அடர்ந்து பெய்யும் மழையும் நேர்த்தியாக வரையப்பட்டிருக்கின்றன. மழைக்காட்சியை வரையும்

போது மழை ஏற்படுத்தும் புற அனுபவத்தைத்தான் பதிவு செய்ய முயலுகிறார்கள். இந்த ஓவியத்தில் மழைத்துளிகள் துல்லியமாக வரையப்படவில்லை. மழையின் வேகம் ஓராயிரம் அம்புகள் பாய்வது போலிருக்கிறது.

மழை இனிது என்கிறார் பாரதியார்.

சட்டச்சட சட்டச்சட டட்டா—என்று

தாளங்கள் கொட்டிக் கனைக்குது வானம்;

தக்கை யடிக்குது காற்று—தக்கத்

தாம்தரிகிட தாம்தரிகிட தாம்தரிகிட தாம்தரிகிட

எனக் காற்றோடு இணைந்து மழை உருவாக்கிய இசையைப் பதிவு செய்திருக்கிறார். இதே உணர்வு நிலையைத்தான் ஓவியமும் வெளிப்படுத்துகிறது.

கண்டோம் கண்டோம் கண்டோம்—இந்தக்

காலத்தின் கூத்தினைக் கண்முன்பு கண்டோம்!

என்று பாரதியின் கவிதை முடிகிறது. காலத்தின் கூத்துதான் மழை.

கியோமிசு, ஜப்பானின் கிழக்குக் கியோட்டோவில் அமைந்துள்ள ஒரு புத்த ஆலயமாகும். இக்கோவில் ஏழாம் நூற்றாண்டில் கட்டப்பட்டது. கியோமிசு என்றால் தூய நீர் என்று பொருள். ஓடோவா நீர்வீழ்ச்சியிலிருந்து வரும் தண்ணீர் அந்தக் கோவில் குளத்தில் விழுகிறது.

இந்தக் கோவிலின் முழுக் கட்டுமானத்திலும் ஒரு ஆணிகூடப் பயன்படுத்தப்படவில்லை. ஹிகாஷியாமா மலைத்தொடரிலுள்ள இந்தக் கோவிலின் மேடை மீதிருந்து தாவிக்குதித்தால் விரும்பியது நிறைவேறும் என்றொரு நம்பிக்கை இருந்தது. இப்படித் தாவிய சிலர் உயிர் இழந்திருக்கிறார்கள். பதினெட்டாம் நூற்றாண்டில் இந்தத் தாவுதல் தடைசெய்யப்பட்டுவிட்டது.

இந்த வளாகத்தினுள் பல கோவில்கள் உள்ளன, அதில் இரண்டு "காதல் கற்கள்" உள்ளன. காதலுற்ற ஒருவர் கண்களை மூடிக்கொண்டு நடந்து மற்றொரு கல்லைத் தொட்டுவிட்டால் அவரது காதல் நிறைவேறிவிடும் என்பது நம்பிக்கை.

இந்தத் தகவல்களை அறிந்து கொண்டபிறகு ஓவியத்தின் காட்சி வேறாகிவிடுகிறது. தொன்மையான கியோமிசு ஆலயத்தில் மழை பெய்யும்போது காலம் விழித்துக் கொள்கிறது. மழையை வேடிக்கை காணுகிறவர் காலத்தின் கூத்தினையே காணுகிறார்.

ஜப்பானில் ட்சுயு எனப்படும் பருவமழை, ஜூன் மற்றும் ஜூலை மாதங்களில் ஆறு வாரங்கள் பெய்கிறது. சூறாவளி, பெருமழைக்காலம் பொதுவாக இலையுதிர் காலத்தில் நிகழ்கிறது.

ஜப்பானிய ஓவியர்கள் மழையின் சீற்றத்தையே அதிகம் வரைந்திருக்கிறார்கள். அதிக எண்ணிக்கையிலான மெல்லிய இருண்ட இணையான கோடுகளைப் பயன்படுத்தி மழை சித்தரிக்கப்படுகிறது.

ஓஹாரா கோசன் வரைந்துள்ள ஒரு மழை இரவில் நிற்கும் நாரையின் ஓவியத்தில் அடர் கருப்புப் பின்னணியில் ஒற்றைக் காலைத் தூக்கி நிற்கிறது நாரை. பிரகாசமான வெள்ளை உடல், அதன் கண்கள் மிக அழகாக வரையப்பட்டிருக்கின்றன. நாரையின் கால்களில் காணப்படும் மஞ்சள் நிறம் வழக்கமான நீலம் அல்லது சாம்பல் நிறத்திற்கு மாற்றாக உள்ளது கவனிக்கத்தக்கது.

நாரை தன்னை முழுமையாக மழையிடம் ஒப்புக் கொடுத்து நிற்கிறது. அக்காட்சி மழையினுள் நாரை தியானம் செய்வது போலிருக்கிறது. நாரையின் வெண்மை மின்னல் வெளிச்சம் போலத் தனித்து ஒளிருகிறது. ஜப்பானிய ஓவியர்கள் தங்கள் ஓவியத்தில் முதன்மையாகச் சித்தரிக்க விரும்பும் பொருளின் அளவை விடவும் பெரிதாக வரைகிறார்கள். இந்த நாரையும் அது போன்றதே.

உதகாவா ஹிரோஷிகேயிடம் (Utagawa Hiroshige) ஓவியங்களை இயற்கையின் கவிதை வடிவம் என்கிறார்கள். உதகாவா ஹிரோஷிகே மழையை வரைந்திருக்கிறார். அதுவும் எதிர்பாராமல் பெய்யும் மழையினை வரைந்திருக்கிறார்.

Sudden Shower at Shōno ஓவியத்தில் பல்லக்கு தூக்குபவர்களும் கிராமவாசிகளும் மழைக்குள்ளாக ஓடுகிறார்கள். தனித்துவமான சாய்ந்த கோடுகளுடன்

மழை குறிப்பிடப்படுகிறது. கிராமவாசிகளின் உடை, அவர்கள் வைத்துள்ள குடை காற்றில் மடங்குவது, பல்லக்கு தூக்குபவரின் இடுப்புத் துணியின் நீல நிறம், சாலை மற்றும் மரங்களின் சித்தரிப்பு எனப் படம் மழைக்காட்சியை அற்புதமாகச் சித்தரிக்கிறது.

Ukiyo e ஓவிய மரபில் திடீர் மழை என்பது முக்கியமான கருப்பொருளாகும், Sudden Shower over Shin-Ōhashi Bridge ஓவியத்தில் பாலம் வலதுபுறத்தில் இருந்து கீழ் இடதுபுறமாக நீண்டுள்ளது. பின்னணியில் உள்ள அடிவானக் கோடு இடமிருந்து வலமாகக் கீழ்நோக்கி சாய்ந்துள்ளது. பாலத்தில், மூன்று சிறிய உருவங்கள் முன்னோக்கிச் சாய்ந்து, இடதுபுறமாக, தங்கள் உடலை மழையில் நனையாமல் மறைக்க, தலைக்கு மேல் குடைகளைப் பிடித்தபடி செல்கிறார்கள். எதிர் திசையில் நகரும் மூன்று உருவங்கள் பகிரப்பட்ட ஒரே குடையின் கீழ் செல்கிறார்கள். தொலைதூரக் கரை சாம்பல் நிறமாக உள்ளது. நேரான கருப்புக் கோடுகளாக மழை விழுகிறது. பாலம் ஒரு பிரகாசமான வடிவமாகத் தோன்றுகிறது. அவர்களின் வைக்கோல் தொப்பிகள், மரக்குடைகள் அழகாக வரையப்பட்டிருக்கின்றன. பாலத்தின் மஞ்சள் நிறம், பாலத்தின் அடியிலுள்ள நீரின் நீலவண்ணம், விரைந்து ஓடுபவர்களின் வாளிப்பான கால்கள்,

காற்றின் வேகம் என ஓவியம் மிகவும் நேர்த்தியாக வரையப்பட்டிருக்கிறது.

ஆற்றில் கட்டுமரம் செல்கிறது. கட்டுமரத்தைச் செலுத்துகிறவன் மழையைப் பொருட்படுத்தவில்லை. ஆற்றின் தொலைதூரக் கரையில், அரசாங்கக் கப்பலான அட்டகேமரு நிற்பது தெரிகிறது.

இந்த ஓவியத்தினை வான்கோ மிகவும் ரசித்திருக்கிறார். இதன் நகல் ஒன்றை அவரே வரைந்துமிருக்கிறார். ஜப்பானிய ஓவியங்களின் தாக்கம் வான்கோவிடமிருந்தது. அவர் ஒருமுறைகூட ஜப்பானுக்குச் சென்றதில்லை. ஆனால் ஜப்பானிய பிரிண்ட்டுகள் மூலம் முக்கியமான ஜப்பானிய ஓவியங்களை ஆழ்ந்து ரசித்திருக்கிறார்.

ஹிரோஷிகேயின் ஓவியங்கள் இயற்கையைப் பற்றிய நுட்பமான உணர்வைத் தருகின்றன. 1858ஆம் ஆண்டில் காலரா காரணமாக ஹிரோஷிகே இறந்து போனார். அசகுசாவில் உள்ள ஜென் புத்த கோவிலில் அவர் அடக்கம் செய்யப்பட்டார்.

ஜென் கவிதையொன்றில் மழையைக் காதுகளால் பார்க்கிறோம் என்ற வரி இடம்பெற்றிருக்கிறது. உண்மை தான். மழைச்சத்தம் மழையினை மனதில் காட்சியாக உருமாற்றிவிடுகிறதே.

டைட்டோ கொகுஷி என்ற கவிஞர் எழுதிய கவிதை இது.

காதுகளால் பார்த்தாலும்,

கண்களால் கேட்கும் போதும்,

முத்து போன்ற மழைத்துளிகள்

நான்தான்

என்பதில் சந்தேகமில்லை.

நான் எனும் தன்னுணர்வு அன்றாடம் பல்வேறு நிகழ்வுகளால் துளியாகச் சிதறுகிறது. மழை அதன் புறவடிவம் போலிருக்கிறது.

விழிப்புணர்வு கொண்டவர்கள் புறநிகழ்வுகளை நேராகக் காணுவதில்லை. அவற்றைத் தலைகீழாகப் பார்க்கிறார்கள். தங்களைத் தாங்களே இழந்து, விஷயங்களைப் பின்தொடர்கிறார்கள் என்கிறார் ஜிங்கிங்.

இந்தக் கண்ணோட்டத்தில் ஜென்துறவிகள் மழையை ஆராதிப்பதில்லை. அதன் பயன்களைப் பற்றி யோசிப்பதில்லை. மாறாக, அவர்களே மழையாகிறார்கள்.

ஜப்பானிய ஓவியர்கள் மழையை வரைவதன் மூலம் தளர்வு மற்றும் எதிர்பாராத மாற்றத்தை வரைந்திருக்கிறார்கள். மழை சீரற்ற இயக்கத்தின் குறியீடாக அமைகிறது.

ஐரோப்பிய மழைக்காட்சி ஓவியங்களில் மழையின் ஈரமும் குடைபிடித்தபடி செல்லும் பெண்களின் நிதான நடையும் சித்தரிக்கப்படுகிறது. இந்திய நுண்ணோவியம் ஒன்றில் பெண்ணின்மீது மழை சிறுதுளிகளாக வீழ்வதாகச் சித்தரிக்கப்பட்டுள்ளது. இது நேரடி அனுபவத்தின் வெளிப்பாடாக உள்ளது. ஆனால் இந்த இரண்டிலிருந்து வேறுபட்டு ஜப்பானிய ஓவியர்கள் வரைந்துள்ள மழைக்காட்சிகள் திடீர் மழையை மட்டுமின்றி காலமாற்றம் எனும் பேருணர்வையும் நமக்குள் ஏற்படுத்துகின்றன.

◆◆◆

7
முகலாய வேட்டைக்காட்சிகள்

வேட்டையை வரைவதென்பது மனிதர்கள் குகையில் வசித்த காலத்திலிருந்து உருவான பழக்கம். குகை ஓவியங்களில் விலங்குகளே பிரதானமாக வரையப் பட்டிருக்கின்றன. மான் கூட்டத்தை அல்லது எருதை நேர் நின்று வேட்டையாடும் காட்சிகள் அதிகம் வரையப்பட்டிருக்கின்றன. இவற்றில் விலங்கிற்கும் மனிதனுக்குமான இடைவெளியை வரைந்தது முக்கிய மானது. வேட்டையாடுபவர்களின் உடல்மொழி அழகாக வரையப்பட்டிருக்கிறது.

ஐரோப்பிய ஓவியர்கள் 13ஆம் நூற்றாண்டின் பிற்பகுதியிலிருந்து விலங்குகளை வரைவதிலும், வேட்டைக் காட்சிகளை வரைவதிலும் ஆர்வம் காட்டினார்கள். இது தனித்த வகைமையாக வளர்ச்சி அடைந்தது. வேட்டைக்காட்சி ஓவியங்கள் அரசர்கள் மற்றும் பிரபுக்களின் வனமாளிகைச் சுவரை அலங்கரித்தன.

ஓவியர் பீட்டர் பால் ரூபன்ஸ்(Peter Paul Rubens) விலங்குகளை வரைவதில் திறமையானவர். குதிரைகள், சிங்கங்கள், நீர்யானைகள் மற்றும் முதலைகளை ரூபன்ஸ் சிறப்பாக வரைந்திருக்கிறார். அதன் துல்லியமும் வண்ணங்களும் வியப்பளிக்கின்றன. 1616ஆம் ஆண்டில், பவேரியாவின் இளவரசர் மாக்சிமிலியன் நான்கு வேட்டை ஓவியங்களை வரைந்து தரும்படி ரூபன்ஸைப் பணித்தார். அந்த ஓவியங்களில் வேட்டை மிகவும் ஆவேசமாகவும் போர்க்களத்தின் உன்மத்தம் கொண்டதாகவும் காணப்படுகின்றன. சிங்கம் வீழ்ந்து பாய்வது உயிரோட்டத்துடன் வரையப்பட்டிருக்கிறது.

பதினைந்தாம் நூற்றாண்டினைச் சேர்ந்த பிளெமிஷ் ஓவியர் பிரான்ஸ் ஸ்னிஜ்டர்ஸ்(Frans Snijders) சந்தைக்காட்சிகளையும், வேட்டையினையும் வரைவதில் தனித்துவமானவர். அறுபதுக்கும் மேற்பட்ட வேட்டை ஓவியங்களை வரைந்திருக்கிறார். அவர் வேட்டைக் காட்சியில் இருந்து மனிதனை விலக்கி வரைந்திருக்கிறார்.

இவரது புகழ்பெற்ற காட்டுப்பன்றி வேட்டை ஓவியத்தில் பன்றியைத் தாக்கும் நாய்களின் ஆவேசத்தையும் பன்றியின் கண்களில் வெளிப்படும் வேதனையினையும் காண முடிகிறது.

நாயின் வண்ணமும் அது உடலை வளைத்து இரையைக் கவ்வ முயற்சிக்கும் விதமும் அபாரமான அழகுடன் வரையப்பட்டிருக்கின்றன. நாயின் பற்கள் மற்றும் ஒளிரும்

கண்கள் நம்மை ஈர்க்கின்றன. பன்றிவேட்டையின் பின்புலமாக வரையப்பட்ட இருண்ட மேகங்களும் மரத்தின் சலனமற்ற இலைகளும் மயக்கமூட்டுகின்றன. கழுத்துப்பட்டி அணிந்த இந்த நாய்கள் வேட்டைக்காரனால் அழைத்து வரப்பட்டவை. ஓவியத்தில் வேட்டைக்காரன் இடம்பெறவில்லை. ஆனால் அவனே நாய்களை ஏவிப் பன்றியை வேட்டையாடுகிறான்.

இதே காலகட்டத்தில் வரையப்பட்ட முகலாய மன்னர்களின் வேட்டைக்காட்சிகளுடன் பிரான்ஸ் ஸ்னிஜ்டர்ஸ் ஓவியங்களையும் ஒப்பிடும்போது அவரது சிறப்பை புரிந்து கொள்வதுடன் முகலாய ஓவியங்களின் தனித்துவத்தையும் அறிந்துகொள்ள முடிகிறது.

வேட்டையாடுதல் முகலாய மன்னர்களின் முக்கியமான பொழுதுபோக்காக இருந்தது. இவை போர்க்களத்தில் எதிரியைக் குறிவைப்பதற்குப் பயிற்சிக் களமாகக் கருதப்பட்டது. ஆகவே பாபர் முதல் தாரா ஷிகோ

வரை வேட்டையாடுவதில் ஆர்வமாகப் பங்கேற்றார்கள். ஔரங்கசீப் விலங்குகளை வேட்டையாடுவதில் ஆர்வம் காட்டவில்லை. அவர் மனிதர்களைத் துரத்தித் துரத்தி வேட்டையாடினார் என்பது வேறு கதை.

வேறுவேறு காலகட்டங்களில் வயைரப்பட்ட முகலாய மன்னர்களின் வேட்டை ஓவியங்களில் சில பொதுத்தன்மைகளைக் காண முடிகிறது. பொதுவாக வேட்டைக்களம் அடர்ந்த காட்டுப்பகுதியாக அல்லாமல் நீர்நிலைக்கு அருகே அமைந்திருக்கிறது. விலங்குகள் ஒன்று கூடும் இடமாகக் காணப்படுகிறது. வளர்ப்பு மிருகங்களைக் கொண்டு வேட்டையை நிகழ்த்தியிருக்கிறார்கள். காலனிய ஓவியங்களில் காணப்படுவது போல அதிகமான ஆட்களோ, ஆயுதங்களோ முகலாய ஓவியத்தில் காணப்படவில்லை.

மன்னர் வேட்டைக்கு வருவதற்கு முன்பாக ஷிகாரிகள் காட்டிற்குள் வந்து தேவையான ஏற்பாடுகளைச் செய்திருக்கிறார்கள். இதனை விவரிக்கும் ஓவியத்தில் ஷிகாரி இருவரும் பச்சை வண்ண உடை அணிந்திருக்கிறார்கள். இலைகளைக் கொண்டு தன்னை மறைத்தபடியே ஒளிந்திருக்கிறார்கள். அவர்கள் அருகே மான்களின் நடமாட்டம் காணப்படுகிறது. தொலைவில் யானையில் மன்னர் வருவதும் உடன் வேட்டையாடிகள் வருவதும் சித்தரிக்கப்பட்டுள்ளது.

பிரான்ஸ் ஸ்னிஜ்டர்ஸின் ஓவியத்திலுள்ள நாயின் ஆவேசத்தையும் முகலாய வேட்டை நாய்களின் வேகத்தையும் பார்க்கும்போது பிரான்ஸ் ஸ்னிஜ்டர்ஸின் தூரிகை வீச்சு வியப்பளிக்கிறது.

முகலாய வேட்டைக்காட்சியில் மான்கள் வியப்பூட்டும் அழகுடன் வரையப்பட்டிருக்கின்றன. குறிப்பாக, அதன் கண்களைப் பாருங்கள். தனியழகு கொண்டிருக்கிறது. அது போலவே மாட்டுவண்டியில் பூட்டப்பட்ட காளையின் கண்கள், பதுங்கியிருக்கும் முயல்கள், வேட்டைக்குப் பயன்படுத்தப்படும் யானையின் கம்பீரம், அது சிங்கத்தைத் தாக்கும் வேகம், ஓவியத்தினுள் காணப்படும் இயக்கம் வேட்டையின் வேகத்தை உணர்த்துகின்றன.

ஜஹாங்கீர் வேட்டையாடும் ஓவியம் ஒன்றில் சிறுத்தையின் கண்கள் கட்டப்பட்டிருக்கின்றன. அது பழக்கப்படுத்தப்பட்ட சிறுத்தை. அதைக் கொண்டு மான்வேட்டையை நிகழ்த்தியிருக்கிறார்கள்.

காட்டுவிலங்குகளைப் பிடித்து வந்து பழக்கி அவற்றை வேட்டைக்கு அழைத்துச் செல்வது அன்றைய வழக்கம்.

ஜஹாங்கீர் தனது பனிரெண்டு வயது முதல் வேட்டையில் ஈடுபட்டு வருகிறார் என்கிறார்கள். அவர் வனவேட்டைக்காகவே லாகூரை அடுத்த காட்டில் ஹிரன் மினார் என்று மாளிகை ஒன்றைக் கட்டியிருக்கிறார்.

தனது வளர்ப்பு மானின் நினைவாக அந்தப் பெயரை வைத்துள்ளார்.

ஜஹாங்கீர் தனது பத்து வயதில் போர்க்களத்திற்கு அனுப்பப்பட்டார். அங்கே அவரது விளையாட்டுத் தோழனாக ஒரு மான் இருந்தது. அதை ஒருமுறை எதிரிகள் பிடித்துக் கொண்டு போய்விடவே தனி ஒருவராக எதிரியின் முகாமுக்குள் நுழைந்து மானைக் காப்பாற்றியிருக்கிறார். அவ்வளவு ஆசையாக வளர்ந்த மான் இறந்து போகவே அதன் நினைவாக வனமாளிகைக்கு ஹிரன் மினார் எனப் பெயரிட்டார் என்கிறார்கள்.

அக்பர் காலத்தில் ஆயிரத்துக்கும் மேற்பட்ட சிறுத்தைகள் காட்டிலிருந்து பிடித்து வரப்பட்டுப் பழக்கப்பட்டிருக்கின்றன. இதற்கெனத் தனி வளாகம் ஒன்றை உருவாக்கியிருக்கிறார்கள். அங்கே சிறுத்தைகளைப் பழக்குவதற்கும் பராமரிப்பதற்கும் ஊழியர்கள் நியமிக்கப்பட்டிருந்தார்கள். அக்பர் தனது செல்லப்பிராணியான சிறுத்தைக்கு மதன்காளி என்று பெயர் சூட்டியிருக்கிறார்.

பள்ளம் தோண்டிப் பிடிக்கும்போது குழிக்குள் விழும் சிறுத்தையின் கால்கள் முறிந்துவிடக்கூடும் என்பதால் அதற்கு மாற்றான பொறிக்கதவு ஒன்றை அக்பர் உருவாக்கியிருக்கிறார்.

பிடிபட்ட சிறுத்தைகளுக்குக் கழுத்துப்பட்டி அணிவிக்கப் படுவதுடன் அதற்குச் சிறப்புப் பெயரும் சூட்டியிருக் கிறார்கள். பிடிபட்ட சிறுத்தைகளை எட்டுவகையாகப் பிரித்து வகைப்படுத்தியிருக்கிறார்கள். இந்தச் சிறுத்தைகள் இணை சேர அனுமதிக்கப்படுவதில்லை.

சிறுத்தைகளுக்கு மூன்று மாதகாலம் பயிற்சி அளிக்கப்படுவதுண்டு. இதற்கெனச் சிறப்புப் பயிற்சியாளர் நியமிக்கப்பட்டிருந்தார். இந்தப் பயிற்சிகளை அக்பரே நேரில் பார்வையிடுவார் என்றும் குறிப்பிடுகிறார்கள்.

ஜஹாங்கீர் காலத்தில்தான் வரிக்குதிரை அறிமுகமாகி யிருக்கிறது. அதை ஓவியர் மன்சூர் அழகாக வரைந் திருக்கிறார்.

பெர்சியாவிலிருந்து ஓவியர்கள் மீர் சயீத் அலி மற்றும் அப்த் அஸ்—சமத் ஆகியோரை ஹுமாயூன் மீண்டும்

தனது அரண்மனைக்கு அழைத்து வந்தார். அவர்கள் அரண்மனை ஓவியர்களாக நியமிக்கப்பட்டார்கள்.

ஷெர்ஷாவின் மரணத்திற்குப் பிறகு புராணகிலா கோட்டையைக் கைப்பற்றிய ஹுமாயூன், ஷேர் மண்டலை தனது நூலகமாகவும் வானவியல் கண்காணிப்பகமாகவும் மாற்றினார். அரண்மனையில் செலவிட்ட நேரத்தினை விடவும் இந்த நூலகத்திலே ஹுமாயூன் அதிக நேரம் செலவிட்டார். அன்றாடம் வானவியல் அறிஞர்களுடன் உரையாடினார்.

ஜனவரி 24, 1556 அன்று மாலை தனது நூலகத்தில் மன்னர் ஹுமாயூன் அறிஞர் சிலருடன் பேசிக்கொண்டிருந்தார், பிரார்த்தனைக்கு நேரமாகிவிட்டது என எழுந்து படிக்கட்டுகளில் இறங்கியபோது தடுமாறிக் கீழே விழுந்தார். அதில் அவரது மண்டையில் பலத்த காயம் ஏற்பட்டு ரத்தப்பெருக்கானது. ஜனவரி 26, 1556 அன்று ஹுமாயூன் காலமானார். பெரும் யுத்தகளங்களைக் கண்டு உயிர் பிழைத்த ஹுமாயூன் நூலகத்தின் படிக்கட்டில் விழுந்து இறந்து போனது புதிரானதே.

அக்பர் அரியணைக்கு வந்தபோது அவரது வயது பதின்மூன்று. அவர் மரபுரிமையாகப் பெற்ற கிதாப்கானா எனும் நூலகம் மிகப்பெரியது. தனது போர் வெற்றிகளின் மூலம் பெறப்பட்ட ஏராளமான புத்தகங்களை அங்கே சேர்த்து வைத்திருந்தார்.

அக்பர் எழுதப்படிக்கத் தெரியாதவராக இருந்த போதிலும், புத்தகங்கள் மற்றும் ஓவியத்தின்மீது அதிக ஆர்வம் கொண்டிருந்தார். அவரிடம் இருபத்தைந் தாயிரத்திற்கும் அதிகமான புத்தகங்கள் கொண்ட நூலகம் இருந்தது. அவை துறை வாரியாகப் பட்டியலிடப்பட்டு வரிசைப்படுத்தப்பட்டிருந்தன.

அன்றாடம் புத்தகம் வாசிக்கச் சொல்லிக் கேட்பது அவரது வழக்கம். அறிஞர்கள் கொண்டு வந்து படிக்கும் புத்தகங்களை ஆரம்பம் முதல் இறுதி வரை ஆர்வத்துடன் கேட்பார் என அயின்—இ—அக்பரி குறிப்பிடுகிறது.

முகலாயப் பேரரசர்கள் ஏன் வேட்டையாடுவதை ஓவியமாக வரைந்திருக்கிறார்கள். அந்தக் காலத்தில் வேட்டையாடுவது அரசனின் கடமையாகக் கருதப்பட்டது. இளவரசர் மற்றும் இளவரசிகளுக்குப் போர் பயிற்சி தரும்போது அதில் வேட்டையும் ஒரு பகுதியாகக் கற்றுத் தரப்பட்டிருக்கிறது.

பாபரும் அக்பரும் ஜஹாங்கீரும் தாங்கள் நிகரற்ற ஆட்சியாளர்கள் மற்றும் அஞ்சாத வீரர்கள் என்பதைக் காட்ட வேண்டும் என்பதற்காக வன வேட்டையை ஓவியம் வரையச் செய்திருக்கிறார்கள்.

வேட்டையாடுதல் என்பது அச்சுறுத்தும் எதிரிகளைக் கட்டுப்படுத்துவதன் அடையாளம். பேரரசரின் வலிமை

மற்றும் திறனை வெளிப்படுத்தும் செயலாகக் கருதப் பட்டது. வேட்டையாடுதல் என்பது சமூகப் படிநிலை மற்றும் அரசியல் வலைப்பின்னல் கொண்ட திறந்தவெளி நாடகம் என்றே சொல்ல வேண்டும். யார் யாரெல்லாம் மன்னருடன் வேட்டைக்கு வர வேண்டும். வேட்டையாடிய மிருகங்களை யார் கொண்டு செல்வது. முகாம் அமைப்பது எவர் பொறுப்பு. எந்த நாளில் வேட்டை துவங்குவது என்பதை விரிவாகத் திட்டமிட்டிருக்கிறார்கள். ஜஹாங்கீர் தனது தாய்க்குச் செய்து கொடுத்த சத்தியம் காரணமாக வெள்ளிக்கிழமை வேட்டையாட மாட்டார் என்கிறது ஜஹாங்கீர் நாமா.

மன்னரின் வேட்டையில் ஒரு விலங்கு தப்பிச் சென்றுவிட்டால் அது மோசமான சகுனமாகக் கருதப் பட்டது. மன்னருக்கு தீங்கு வரப்போவதன் அடை யாளமாக அதைக் கருதுவார்கள். ஆகவே அதற்குப் பரிகாரங்கள் செய்யப்படுவதும் உண்டு.

அக்பரைப் போல ஜஹாங்கீர் தனது வேட்டைக்காட்சி ஓவியங்களில் விலங்குகளின் ஓட்டத்தையோ, தாக்கு

தலையோ முதன்மைப்படுத்தவில்லை. அவர் வேட்டையாடும் மனிதர்களின் முகபாவங்களை, விலங்குகளின் முகபாவங்களையே துல்லியமாக வரையச் செய்திருக்கிறார்.

வேட்டையாட குதிரைமீது அமர்ந்திருக்கும் மன்னர் முகத்தில் ஆவேசமில்லை. அவர் தியானத்திலிருப்பவர் போல அமைதியாகக் காணப்படுகிறார்கள். வேட்டைக் காட்சிகளில் இயற்கையை வரையும்போது இயல்பாக வரைய வேண்டும் என்றிருக்கிறார்கள். ஆகவே முறிந்த மரங்களையோ, நசுங்கிய மலர்களையோ நாம் காண முடிவதில்லை.

ஜஹாங்கிருக்கு இயற்கையை அவதானிப்பதில் இருந்த பேரார்வம் அவற்றைச் சிறந்த ஓவியங்களாக வரையச் செய்திருக்கிறது. காஷ்மீரில் அவர் பார்த்த பூக்களின் அழகையும் அரிய பறவைகளையும் ஓவியமாக வரையச் செய்திருக்கிறார்.

போர்களக்காட்சியைப் போலவே வனவேட்டையை வரைந்திருக்கிறார்கள். அடர் சிவப்பு, பச்சை மற்றும் மஞ்சள்— போன்ற அடர்வண்ணங்களை அதிகம் பயன்படுத்தியிருக்கிறார்கள். மரங்கள் மற்றும் செடிகளின் இலைகளை விநோத அழகுடன்

வரைந்திருக்கிறார்கள். விலங்குகளின் உடற்கூறியியலை ஆராய்வதற்காக ஓவியர்களுக்குச் சிறப்புப் பயிற்சிகள் அளிக்கப்பட்டிருக்கின்றன. வேட்டைக்களத்திற்கே ஓவியர்களை அழைத்துச் சென்றும் அவதானிக்கச் செய்திருக்கிறார்கள்.

ஒருமுறை ஜஹாங்கீருக்கு இரண்டு கொக்குகள் பரிசாக அளிக்கப்பட்டன. அதற்கு லைலா, மஜ்னு எனப் பெயரிட்டு தனது வளர்ப்பு பறவைகளாக வைத்துக் கொண்டார். அவர் தர்பாருக்கு வரும்போது அந்தக் கொக்குகளும் உடன் வரும் என்கிறார்கள். இரண்டு கொக்குகளுடன் மன்னர் நடந்து வரும் காட்சியை நினைத்துப் பார்த்தேன். வேடிக்கையாக இருந்தது.

ஜஹாங்கீர் அரியணையில் அமர்ந்திருக்கும் ஓவியம் ஒன்றை மனோகர் மிக அழகாக வரைந்திருக்கிறார். அப்துஸ் சமத், மிர் சையது அலி, பஸ்வான். கேசு தாஸ், தஸ்வந்த் போன்ற ஓவியர்கள் வனவேட்டையை வரைந்திருக்கிறார்கள்.

மன்னருக்கு மிகவும் பிடித்த ஓவியர்கள் பட்டியலில் பிஷந்தாஸ், மன்சூர் இருவரும் முக்கியமானவர்கள். பிஷந்தாஸ் அந்தப்புரக் காட்சிகளை வரைவதில் தனித்திறன் கொண்டிருந்தார். மன்சூர் விலங்குகள், பறவைகள் மற்றும் இயற்கை காட்சிகளைத் துல்லியமாக வரையக் கூடியவர். அவர் வரைந்துள்ள பருந்தின் ஓவியம் நிகரற்றது.

அக்பர் துப்பாக்கிகளை உருவாக்குவதில் அதிக ஆர்வம் கொண்டிருந்தார். சிறந்த துப்பாக்கி தயாரிப்பாளர்கள் மற்றும் வடிவமைப்பாளர்களை வெளிநாடுகளில் இருந்து அழைத்து வந்திருந்தார்.

வெடிமருந்தினை நிரப்பிச் சுடும் “மேட்ச்லாக்” துப்பாக்கிகளே அன்று பயன்படுத்தப்பட்டன. வேட்டையாடுபவர் மரத்தின் கிளைகளில் ஒளிந்து கொண்டு விலங்குகளைத் துப்பாக்கியால் சுடுவதை ஓவியத்தில் காணமுடிகிறது.

அக்பரின் சொந்தத் துப்பாக்கி சங்கராம் என்று அழைக்கப்பட்டது. அவரது ஆயுதக் கிடங்கில் மிகப்பெரிய

துப்பாக்கிகளை வைத்திருந்தார், அதில் ஒரு துப்பாக்கி "ஜஹாங்கீர்" என்று பெயரிடப்பட்டிருந்தது.

வேட்டையாடிய விலங்குகளை இறைச்சிக்காகப் பயன்படுத்தியிருக்கிறார்கள். விலங்குகளின் தோலிலிருந்து விரிப்புகள், தோலாடைகள் செய்திருக்கிறார்கள்.

ஜஹாங்கீர் தனது வாழ்நாளில் 17167 விலங்குகளை வேட்டையாடிக் கொன்றிருக்கிறார் என்று துசுக்—இ—ஜஹாங்கிரியின் தொகுதி 1 குறிப்பிடுகிறது இதில் 1677 மான்கள், 889 காட்டெருமைகள், 86 சிங்கங்கள், 64 காண்டாமிருகங்கள், 13964 பறவைகள், பத்து முதலைகள் அடங்கும்.

முகலாய, ராஜஸ்தானிய, வட இந்திய ஓவியங்களில் காணப்படுவது போல சேர, சோழ, பாண்டிய மன்னர்களின் வேட்டைக்காட்சிகள் வரையப்பட்டதாகத் தெரியவில்லை.

இந்தியாவின் பல்வேறு கோவிற்சிற்பங்களில் புலிவேட்டை சித்தரிக்கப்பட்டிருக்கிறது. ஆனால் இப்படித் துப்பாக்கி ஏந்திய மன்னரின் ஓவியம் எதையும் தென்னிந்தியாவில் நான் கண்டதில்லை.

பிரிட்டிஷ் வருகைக்குப் பிறகு வேட்டைக்காட்சிகள் அதிகம் வரையப்பட்டிருக்கின்றன. குறிப்பாக, கவர்னர்கள் மற்றும் ஜமீன்தார்களின் வேட்டைக்காட்சிகள் ஓவியமாக வரையப்பட்டிருக்கின்றன.

கேமிரா அறிமுகப்படுத்தப்பட்டதும் இதே வேட்டைக்காட்சிகளைப் புகைப்படமாக எடுத்திருக்கிறார்கள். கிழக்கிந்திய கம்பெனி அதிகாரிகளின் வேட்டைப்புகைப்படங்கள் நிறையக் காணக்கிடைக்கின்றன.

டோடோ என்ற அழிந்துபோன பறவையை மன்சூரின் ஓவியத்தில் காண முடிகிறது. இன்று அந்தப் பறவையினம் இல்லை. சூரத்தில் இருந்த ஜஹாங்கீரின் மிருகக்காட்சிசாலையில் அவை வாழ்ந்திருக்கலாம் என்கிறார்கள்.

மறதியெனும் இருளுக்குள் வரலாற்று உண்மைகள் மறைந்துபோய் விடுகின்றன. ஆனால் கலை அவற்றை வெளிச்சமிட்டுக் காட்டுவதுடன் வரலாற்று சாட்சியமாகவும் தன்னை வெளிப்படுத்துகின்றன.

முகலாய மன்னர்களின் அரசவை இந்தியாவின் அனைத்துப் பகுதிகளிலிருந்தும் கலைஞர்களை உள்ளடக்கியது. அவர்கள் வரைந்த ஓவியங்களில் இந்திய, பாரசீக மற்றும் மேற்கத்திய பாணிகளின் கலவையைக் காணமுடிகிறது.

இந்தப் பன்மைத்துவமும் புதிய வெளிப்பாட்டு முறைகளும் கலையின் வளர்ச்சிக்கு முக்கியமானவை. முகலாய வேட்டைக்காட்சிகள் இவற்றின் சாட்சியமாக இருப்பதாலே இன்றும் பேசப்படுகின்றன.

✦✦✦

8
கதை சொல்லும் சிலை

அலிபாபாவும் நாற்பது திருடர்களும் திரைப்படத்தின் இறுதிக் காட்சியில் மார்ஜியானாவின் யோசனைப்படி எண்ணெய் பீப்பாய்க்குள் ஒளிந்துள்ள திருடர்களை மலையுச்சியிலிருந்து அருவியில் தள்ளிவிட்டுக் கொல்லுவார்கள். எண்ணெய் வணிகராக வந்துள்ளது திருடர்களின் தலைவன் அபு ஹுசேன் என அறிந்த அலிபாபா அவனுடன் சண்டையிட்டு வீழ்த்துவான்.

பீப்பாயினுள் ஒளிந்துள்ள திருடர்களைத் தள்ளி விடுவதற்குப் பதிலாகச் சூடான எண்ணெயைக் காய்ச்சி ஊற்றிக் கொன்றதாகக் கதையில் உள்ளது. அந்தக் காட்சியைப் பாக்தாத் நகரில் ஒரு சிற்பமாகச் செய்து வைத்திருக்கிறார்கள்.

அந்தச் சிற்பத்தைச் செய்தவர் ஈராக்கிய சிற்பி முகமது கானி ஹிக்மத். இவர் ஆயிரத்தோரு இரவுகளில் மன்னர்

ஷாரியார் முன்பு ஷஹ்ராசாத் கதை சொல்வதையும் சிலையாக வடித்திருக்கிறார். இந்தச் சிலையும் பாக்தாத் நகரிலுள்ளது.

ஆயிரத்தொரு இரவுகள் மூலப்புத்தகத்தில் அலிபாபாவும் நாற்பது திருடர்களும் கதையே கிடையாது. அது பிற்சேர்க்கை என்கிறார்கள்.

குறிப்பாக, பிரெஞ்சுக்காரரான அந்த்வான் கெலோன் தனது மொழியாக்கத்தின்போது இந்தக் கதையைச் சேர்த்துவிட்டார் என்கிறார்கள். இவரது மொழிபெயர்ப்பு 12 பாகங்கள் கொண்டது. 1704இல் வெளியானது. அதன்பிறகு அலிபாபா கதை உலகெங்கும் பரவி புகழ்பெற்றுவிட்டது. ஆகவே இன்றும் 1001 இரவுகளின் ஒரு பகுதியாகவே அறியப்படுகிறது.

சினிமாவில் நடனக்காரி மார்ஜியானாவை அலிபாபா காதலிக்கிறான். அபு ஹுசேன் முன்னால் அவள் நடனமாட விரும்பும்போது அலிபாபா அனுமதிக்க மறுக்கிறான். முடிவில் அவனுக்கு உதவி செய்யவே அவள் அப்படி நடந்து கொண்டாள் என்பதை உணருகிறான். ஆனால் அரபு வடிவத்தில் அலிபாபாவிற்கு ஏற்கனவே மனைவியிருக்கிறாள். மார்ஜியானவை அலிபாபா காதலிப்பதில்லை.

அவர்கள் வீட்டிலிருந்த பணிப்பெண் கஹ்ரமானா. அவள் அலிபாபாவைக் கொல்வதற்காக வந்துள்ள அபு ஹுசேன் திட்டத்தை அறிந்து கொள்கிறாள். அதனை முறியடிக்கப் பீப்பாய்க்குள் ஒளிந்துள்ள திருடர்களைக் கொல்லத் திட்டமிடுகிறாள். இதற்காக எண்ணெயைக் காய்ச்சி ஊற்றுகிறாள்.

கஹ்ரமானா நீரூற்று என்று அழைக்கப்படும் அந்தச் சிலையில் அவளைச் சுற்றி நாற்பது ஜாடிகள் காணப் படுகின்றன. அரபு மொழியில் கஹ்ரமானா என்பதற்கு "கதாநாயகி" என்று பொருள்.

கஹ்ரமானா தனது உயிரைக் காப்பாற்றினாள் என்பதற்கு நன்றிக்கடனாகத் தனது மகனுக்கு அவளைத் திருமணம் செய்து வைத்தார் அலிபாபா என்கிறது அரபு வடிவம். மார்ஜியானாதான் கஹ்ரமானா என்றும் சொல்கிறார்கள். கஹ்ரமானாவின் தந்தை உணவகம் ஒன்றை நடத்திவந்தவர். இந்தக் கதை அலிபாபாவிற்கு முந்தியது என்றும் சொல்லப்படுகிறது.

கஹ்ரமானா இன்று ஒரு பண்பாட்டு அடையாளம். அவளது கையிலுள்ள ஜாடியிலிருந்து தண்ணீர் வழிந்து கொண்டிருக்கும் வரை கதைகள் சொல்லப்பட்டுக் கொண்டேயிருக்கும் என்கிறார்கள் பாக்தாத்வாசிகள்.

❖❖❖

9. காலத்தின் மணல்

மணற்கடிகாரம் ஒன்றின்மீது முகலாயப் பேரரசர் ஜஹாங்கீர் அமர்ந்திருக்கும் ஓவியம் ஒன்றைக் கண்டேன். 1625இல் வரையப்பட்டது. புகழ்பெற்ற மொகலாய ஓவியர் பிசித்ர்(Bichitr) வரைந்தது. அவர் ஜஹாங்கீரின் அரசசபைக் கலைஞர்களில் ஒருவரான ஓவியர் அபுல் ஹசனின் சீடர்.

இந்த ஓவியத்தில் மன்னருடன் நான்கு பேரின் உருவம் காணப்படுகிறது. அதில் சூஃபி ஷேக் ஹுசைனுக்குப் புத்தகம் ஒன்றைப் பரிசளிக்கிறார் ஜஹாங்கீர்.

ஓவியத்தில் பேரரசர் ஜஹாங்கீரும். ஞானியும் இணையாக வரையப்பட்டிருக்கிறார்கள். மன்னரின் மெல்லிய உடை, அவர் அணிந்துள்ள முத்துமாலைகள், காதணி, கையிலுள்ள மோதிரங்கள், கைவிரல்கள் மிகவும் துல்லியமாக வரையப்பட்டிருக்கின்றன.

ஷேக் ஹுசைன் மன்னரிடமிருந்து புத்தகத்தைத் தனது கைகளில் பெறவில்லை. அதனைத் தனது மேலாடையில் ஏந்துகிறார். இச்செயல் புத்தகம் மதிப்புமிக்க காணிக்கையாக வழங்கப்படுவதைக் காட்டுகிறது.

ஒளியின் கைகள் ௸59

மன்னரின் மரியாதையை ஏற்றுக் கொண்ட மகிழ்ச்சியை ஞானியின் முகம் வெளிப்படுத்துகிறது. அதே நேரம் அவரது கண்கள் வியப்படையவில்லை. அது ஏறிட்டே பார்க்கின்றன.

நோயுற்ற நிலையிலிருந்து ஜஹாங்கீர் மீண்டு வந்திருக்கிறார் என்பதன் அடையாளமாகவே அவரது முகத்தில் முழுமையான மகிழ்ச்சியில்லை. குறிப்பாக, அவரது தாடை மற்றும் கண்கள் தளர்ந்திருக்கின்றன. மன்னரின் உடையைக் கவனிக்கும்போது இந்தச் சந்திப்பு தனிப்பட்ட அவரது அறையில் நடக்கிறது என்பதை அறிய முடிகிறது.

நீண்டகாலமாகக் குழந்தை இல்லாத அக்பர் சிக்ரியில் வசித்த சூஃபி ஞானி சலீம் சிஷ்டியை வணங்கி, அரியணைக்கு ஆண் வாரிசு வேண்டும் என்று வேண்டிக் கொண்டார். சிஷ்டியும் அக்பரை ஆசீர்வதித்தார். அப்படிப் பிறந்தவர்தான் சலீம்.

நூர்—உத்—தின் முஹம்மது சலீம் எனும் ஜஹாங்கீர் தந்தையைப் போலவே சூஃபி ஞானிகளை வணங்கி மரியாதை செய்து வந்தார். அதன் வெளிப்பாடாகவே இந்த ஓவியம் வரையப்பட்டிருக்கிறது

துருக்கி சுல்தான் இந்த அருட்கொடையை வியந்து போற்றுவது போல வரையப்பட்டிருக்கிறார். அவருக்குக் கீழே இங்கிலாந்தின் மன்னர் ஜேம்ஸ்—மி யின் உருவம் வரையப்பட்டிருப்பது வியப்பளிக்கிறது. அவர் எதற்காக இந்த நிகழ்வின் சாட்சியமாக இடம்பெற்றிருக்கிறார். ஜேம்ஸ்—மி யின் கை வாளின்மீது இடம்பெறவில்லை என்பது முக்கியமானது.

1585ஆம் ஆண்டில், எலிசபெத் மி அக்பருக்குக் கடிதம் ஒன்றை அனுப்பி வைத்தார். இரு நாடுகளுக்கும் இடையே வர்த்தக உறவுகளை உருவாக்கும் முயற்சியில் எழுதப்பட்ட கடிதமது. அதில் இந்தியாவில் வணிகம் செய்வதற்குத் தேவையான உதவிகளைக் கேட்டிருந்தார்.

ஆங்கிலத்தூதரான சர் தாமஸ் ரோ அக்பரைச் சந்தித்துப் பரிசுகள் வழங்கியிருக்கிறார். அவரே இந்தியாவிற்கு வந்த முதல் ஆங்கிலேய வர்த்தகர் என்கிறார்கள்.

இங்கிலாந்தின் மன்னர் ஜேம்ஸ் உருவம் ஓவியர் ஜான் டி கிரிடிஸ் என்பவரால் வரையப்பட்டது. அதனை முகலாய அரசருக்குப் பரிசாக வழங்கியிருக்கிறார்கள். அதிலிருந்த ஜேம்ஸின் உருவத்தையே பிசித்ர் வரைந்திருக்கிறார்.

ஜஹாங்கீர் ஓவியத்தில் இரண்டு குதிரைகள் மற்றும் ஒரு யானையைக் காட்டும் ஒரு சிற்றோவியத்தை அவர் கையில் ஏந்திப் பணிவுடன் காட்சி தருகிறார்.

இந்த ஓவியத்தில் என்னைப் பெரிதும் கவர்ந்தது அந்த மணற்கடிகாரமே. இந்தியாவில் நீர்கடிகை, சந்திரகடிகை என்று பல்வேறு காலக்கருவிகள் இருந்தன. நீர் கடிகாரத்தின் மூலம் காதிஸ் எனப்படும் அலகுகளில் நேரம் அளவிடப்பட்டது. முகமது பின் துக்ளக் இந்த நீர் கடிகாரத்தையும் நேர அலகுகளையும் ஏற்றுக்கொண்டார். பாபர் முதல் பிற முகலாய ஆட்சியாளர்களும் இதனையே ஏற்றுக்கொண்டார்கள்.

இந்த நிலையில் மணற்கடிகாரம் இந்தியாவில் அறிமுகப்படுத்தபட்டபோது அதை எப்படி ஏற்றுக் கொண்டிருப்பார்கள் என்று புரியவில்லை.

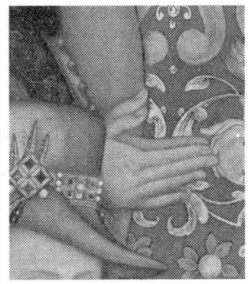

காலத்தின் அதிபதியாக மன்னரைக் கொண்டாடுவது அன்றைய மரபே. ஆனால் அதற்கு இப்படி ஒரு மணற்கடிகாரத்தைத் தேர்வு செய்தது பிசித்ரின் தனித்துவமே.

பொதுவாகக் காலத்தை அடையாளப்படுத்த இயற்கைக் காட்சிகளையோ, தெய்வீகச் சின்னங்களையோ தான் வரைவார்கள். நித்யத்துவத்தின் அடையாளமாக ரோஜாவை மொகலாய ஓவியங்கர் வரைவது வழக்கம். ஆனால் இங்கே நாம் காணுவது ஐரோப்பிய மணற்கடிகாரம். அதை மரபான இந்திய காலக் கடிகைகளுக்குப் பதிலாகத் தேர்வு செய்திருப்பது ஆச்சரியமளிக்கிறது.

14ஆம் நூற்றாண்டில் கடலோடிகளால் மணற்கடிகாரம் பயன்படுத்தபட்டதாகக் குறிப்புகள் உள்ளன. மெக்கல்லன்

பயணப் பட்டியலில் மணற்கடிகாரம் இருக்கிறது. இந்தியாவிற்கு எப்போது அறிமுகமானது என்று தெரியவில்லை. முதன்முதலாக மணற்கடிகாரத்தை உருவாக்கியது யார் என்பதும் தெரியவில்லை. அக்பர் காலத்தில் மணற்கடிகாரம் இந்தியாவில் அறிமுகமாகியிருக்கக் கூடும் என்கிறார்கள்.

இந்த ஓவியத்தில் மணற்கடிகாரம் ஜஹாங்கீர் வாழ்க்கையின் குறியீடாகவும், காலத்தின் அதிபதியாக ஜஹாங்கீரைக் குறிப்பதாகவும் வரையப்பட்டிருக்கிறது.

வழக்கமான மொகலாய ஓவியங்களிலிருந்து பெரிதும் மாறுபட்டு ஐரோப்பிய மற்றும் இஸ்லாமிய கலை பாணிகளை இணைத்து வரையப்பட்டிருக்கிறது.

தனது வாழ்க்கையின் பெரும்பகுதியை ஜஹாங்கீர் செலவழித்து விட்டிருக்கிறார் என்பதன் அடையாளமாக மணற்கடிகையின் கீழ்பகுதியில் மணல் சேர்ந்திருக்கிறது.

மணல்கடிகாரத்தில் பாரசீகமொழியில் பேரரசர் ஆயிரம் ஆண்டுகள் வாழ வேண்டும் என்று எழுதப்பட்டிருக்கிறது. ஐரோப்பிய பாணியில் வரையப்பட்ட மன்மத உருவங்களும் அழகான பூ வேலைப்பாடுகளும் தனித்த அழகைத் தருகின்றன. கடவுளுக்கு நிகரானவர் என்பதன் அடையாளமாக ஜஹாங்கீரின் தலையைச் சுற்றி ஒளிவட்டம் வரையப்பட்டிருக்கிறது.

ஜஹாங்கீர் என்ன புத்தகத்தைப் பரிசாகத் தருகிறார் என்றுதெரியவில்லை. அச்சு இயந்திரங்கள் வராத காலத்தில் புத்தகங்களும் கலைப்பொருளாகவே கருதப்பட்டன. இதில் அவர் தருவதும் ஒரு கலைப்பொருளே.

இந்த ஓவியத்தைக் காணும்போது ஒரு பேரரசர், ஞானிக்கு அளிப்பதற்குப் புத்தகத்தைத் தவிர வேறு என்ன பெரிய பரிசு இருந்துவிட முடியும் என்றே தோன்றுகிறது.

✦✦✦

10
மூன்று சிறுமிகள்

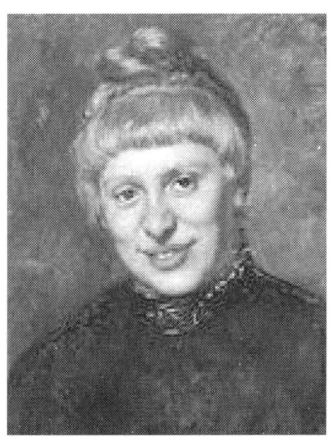

டச்சு ஓவியரான வாலி மோஸ் (Wally Moes) ஆம்ஸ்டர்டாமில் பிறந்தவர். ஆகஸ்ட் அலெபே மற்றும் ரிச்சர்ட் பர்னியர் ஆகியோரிடம் ஓவியம் பயின்றிருக்கிறார். உணர்ச்சிகரமான ஓவியங்களை வரைவதில் பெயர் பெற்றவர் வாலி மோஸ். அதிலும் குறிப்பாக, குழந்தைகளை வரைவதில் தனித்துவம் கொண்டவர்.

1880ஆம் ஆண்டின் கோடையில் மோஸ், ஓவியர் தெரேஸ் ஸ்வார்ட்ஸை சந்தித்தார். அவர் வழியாகக் கலையுலகிற்கு அறிமுகமானார். ஜெர்மனியில் சிறிது காலம் தங்கிய மோஸ் பின்பு ஆம்ஸ்டர்டாமிற்குத் திரும்பினார். 1884 இல் பாரிஸுக்குச் சென்றார். அங்குள்ள கலைக்கூடங்களில் தனது ஓவியம் இடம்பெற வேண்டும் என்பதற்காகப் பெரும் முயற்சிகளை மேற்கொண்டார். அவரது ஒரேயொரு ஓவியம் மட்டுமே காட்சிக்கு வைக்கப்பட்டது. அதுவும் பெரிய வரவேற்பு பெறவில்லை. அவர் பாரிஸில்

சில மாதங்களே வசித்தார். 1898இல் அவர் லாரனுக்குக் குடிபெயர்ந்தார். அங்கிருந்தபடி தொடர்ச்சியாக ஓவியம் வரைவதில் கவனம் செலுத்தினார்.

1908ஆம் ஆண்டில் இடைவிடாத மூட்டுவலி காரணமாக அவரால் ஓவியம் வரைய முடியாமல் போனது. ஆகவே கதைகள் எழுதத் துவங்கினார். அதில் அவரால் வெற்றி பெற இயலவில்லை.

வாலி மோஸ் பின்னல் வேலை செய்யும் பெண்களைப் பற்றி மூன்று ஓவியங்களை வரைந்திருக்கிறார்.

1890இல் வரையப்பட்ட Knitting girls என்ற நீர்வண்ண ஓவியம் மிகச்சிறப்பானது இதில் மூன்று சிறுமிகள் நடந்தபடியே பின்னல் வேலை செய்கிறார்கள். அவர்களின் முகபாவங்களைப் பாருங்கள். சாந்தமும் அமைதியும் கொண்ட முகங்கள். அவர்கள் பின்னல்வேலையைப் புதிதாகக் கற்றுக் கொண்டவர்கள். அதில் மகிழ்ச்சி கொண்டிருக்கிறார்கள் என்பது அவர்களின் ஈடுபாட்டிலே தெரிகிறது. அந்தச் சாலை மிகவும் அழகாக வரையப்பட்டிருக்கிறது. குறிப்பாக சாலையோர மலர். அதன் ஒளிர்வு. சிறுமிகளின் காலடியில் விழும் நிழல். அவர்கள் பயிற்சி பள்ளியிலிருந்து வீடு திரும்பும் பகல் நேரமது.

வலது மணிக்கட்டின் இயக்கம், கையில் நூலை வைத்திருக்கும் விதம், நூல் சுண்டு விரல் வழியாகச் செல்வது, இடதுகையின் பிடிமானம் என ஓவியம் மிகவும் நுட்பமாக வரையப்பட்டிருக்கிறது.

சிறுமிகளின் தோற்றம் அவர்கள் எளிய குடும்பத்தைச் சேர்ந்தவர்கள் என்பதைச் சுட்டிக்காட்டுகிறது. மூவரும் சமவயதுள்ளவர்கள் போலத் தெரியவில்லை. நடுவில் உள்ள பெண் கடைசியில் உள்ள பெண்ணின் சகோதரியைப் போலவே தெரிகிறாள். இருவரின் முகச்சாடையைப் பாருங்கள்.

சிறுமிகளின் எளிய உடையின் வண்ணமும் சாலையோரப் பூக்களும் அழகாக உள்ளன. உறக்க நடையாளர்களைப் போல அந்தச் சிறுமிகள் நடக்கிறார்கள்.

அவர்களுக்குள் போட்டி நடப்பது போலிருக்கிறது. யார் விரைவாகப் பின்னல் வேலையை முடிக்கப்போவது என்று போட்டியிடுகிறார்கள். அந்தப் பாதை அவர்கள் வழக்கமாக வந்து போகும் பாதை என்பதால் பின்னல் வேலையில் கவனம் செலுத்தியபடியும் அவர்களால் நடக்க முடிகிறது. சிறுமிகளின் கண்கள் நிலை கொண்டுள்ள விதம், அவர்களின் சற்றே சரிந்த முகம் நேர்த்தியாக வரையப்பட்டிருக்கிறது.

19ஆம் நூற்றாண்டு நெதர்லாந்தில் வீடுதோறும் பெண்கள் பின்னல் வேலை செய்தார்கள். பிள்ளைகளுக்கு வீட்டிலே பின்னல் கற்றுக் கொடுத்தார்கள். பின்னல் வேலையில் வித்தியாசமான ஸ்டைல்கள் உள்ளன. அதில் கான்டினென்டல் பின்னல் அப்போது பிரபலமாக இருந்தது.

வாலி மோஸின் Knitting school in Huizen ஓவியத்தில் பயிற்சி பள்ளியில் பெண்கள் மற்றும் சிறுமிகள் ஒன்றாக அமர்ந்து பின்னல் செய்துகொண்டிருக்கிறார்கள். அறைஜன்னலின் வழியாக வரும் ஒளி உடைகளில் பிரதிபலிக்கும் அழகு, மரத்தாலான தரையின் வண்ணம், வெளியே தெரியும் வெள்ளைத் துணியின் படபடப்பு அழகாக வரையப்பட்டிருக்கிறது. தியானம் செய்வது போல ஆழ்ந்த ஈடுபாட்டுடன் அவர்கள் பின்னலில் ஈடுபட்டிருக்கிறார்கள். சிறுமியின் கவனமும் அவளது முகபாவமும் உடைகளும் நேர்த்தியாக வரையப்பட்டுள்ளன. தரையில் வைக்கப்பட்டுள்ள நூற்கண்டுள்ள கூடை தனித்த அழகைக் கொண்டிருக்கிறது. அறையிலுள்ள மௌனத்தை நம்மால் உணர முடிகிறது.

14ஆம் நூற்றாண்டிலிருந்து ஐரோப்பாவில் பின்னல் வேலை புகழ்பெறத் துவங்கியது. இங்கிலாந்தில், பின்னல் வேலை செய்த கம்பளித் தொப்பிகளை அணிவது கட்டாயமாக்கப்பட்டிருந்தது. இந்தத் தொப்பி அணியாதவர்களுக்கு அபராதம் விதிக்கப்பட்டது.

17ஆம் நூற்றாண்டில் கையால் பின்னல்வேலை செய்வது பணக்காரப் பெண்களின் களமாக மாறியது. இதற்கெனச் சிறப்புப் பள்ளிகள் துவங்கப்பட்டன. கையுறைகள், காலுறைகள் மற்றும் தொப்பிகள் செய்வதில் பெண்கள் அதிக ஆர்வம் காட்டினார்கள்.

19ஆம் நூற்றாண்டின் துவக்கத்தில் அனாதை இல்லங்கள் மற்றும் ஏழை வீடுகளில் பின்னல்வேலை கற்பிப்பது அவர்களுக்கான வருவாய் தரும் பணியாக உருமாறியது. 19ஆம் நூற்றாண்டின் துவக்கத்தில் பின்னல் வேலை கற்றுத்தரும் வீட்டுப் பள்ளிகள் நிறைய இருந்தன.

இந்த ஓவியமும் அப்படியான ஒரு வீட்டுப்பள்ளியில் பெண்கள் பின்னல் வேலை செய்வதையே சித்தரிக்கிறது. அந்த வகையில் அன்றாட வாழ்க்கையிலிருந்து ஒரு காட்சியை யதார்த்தமாகச் சித்தரிக்கிறது, 17ஆம் நூற்றாண்டில் டச்சு ஓவியர்கள் இந்த வகை ஓவியங்களைச் சிறப்பாக உருவாக்கினார்கள். அதன் தொடர்ச்சியானதே வாலி மோஸின் ஓவியம்.

11
ஹோமரின் முடிசூட்டுவிழா

கிரேக்க கவிஞர் ஹோமருக்கு முடிசூட்டு விழாவிற்காக ஓவியர் ஜீன் அகஸ்டே டொமினிக் இங்க்ரெஸ் 1827இல் The Apotheosis of Homer என்ற ஓவியத்தை வரைந்திருக்கிறார்.

நிகரற்ற கிரேக்க இதிகாசங்களை எழுதிய ஹோமர் பார்வையற்றவர். ஓவியத்தின் மையமாக அவர் அமர்ந்திருக்கிறார். உலகின் சிறந்த கவிகள், ஓவியர்கள், சிற்பிகள்,நாடக ஆசிரியர்கள் மற்றும் இசையமைப்பாளர்கள் அவரைச் சுற்றிலும் இடம்பெற்றிருக்கிறார்கள். அதில் ஒருவராக ஷேக்ஸ்பியர் இடம் பெற்றிருக்கிறார். ஹோமருக்கு இணையான படைப்பாளி என்பதால் அவரையும் இங்க்ரெஸ் வரைந்திருக்கிறார்.

தாந்தே, ஈசாப். மோலியர், ஹோரேஸ் விர்ஜில் ரபேல். சாபோ சோஃபோகிள்ஸ், எஸ்கிலஸ் ஹெரோடோடஸ், பிண்டார், சாக்ரடீஸ், பிளாட்டோ, அரிஸ்டாட்டில்,

மைக்கேலேஞ்சலோ, மொசார்ட் எனப் பலரும் இடம்பெற்றிருக்கிறார்கள்.

அவரது இலியட், ஒடிஸி என்ற இரண்டு இதிகாசங்களும் இரண்டு பெண்களாக அவரது காலடியில் அமர்ந்திருக்கிறார்கள். வரலாற்றறிஞர் ஹெரோடோடஸ் தூபத்தை எரிக்கிறார். வானுலகின் தேவதை முடிசூட்டுகிறது.

ஹோமரின் வாழ்க்கையைப் பற்றி விரிவான பதிவுகள் கிடைக்கவில்லை. ஹெரோடோடஸ், ஹோமர் தனது காலத்திற்கு 400 ஆண்டுகளுக்கு முன்பு வாழ்ந்ததாகக் குறிப்பிடுகிறார்.

ஹோமர் எப்போதும் வயதானவராகவே சித்தரிக்கப்படுகிறார். அடர்ந்த தாடியுடன் வளைந்த முதுகுடனே காணப்படுகிறார். ஹோமரின் தோற்றம் பொதுவாகப் புத்திசாலித்தனம், நிதானம், உயர்வான ஞானம் ஆகியவற்றின் அடையாளமாகக் கருதப்படுகிறது. ஹோமர் பார்வையற்றவர் அல்ல. பழைய கிரேக்க ஆதாரங்களில் அப்படிக் குறிப்பிடப்படவில்லை. துசிடிடிஸ் ஹோமரின் பார்வையின்மை குறித்து

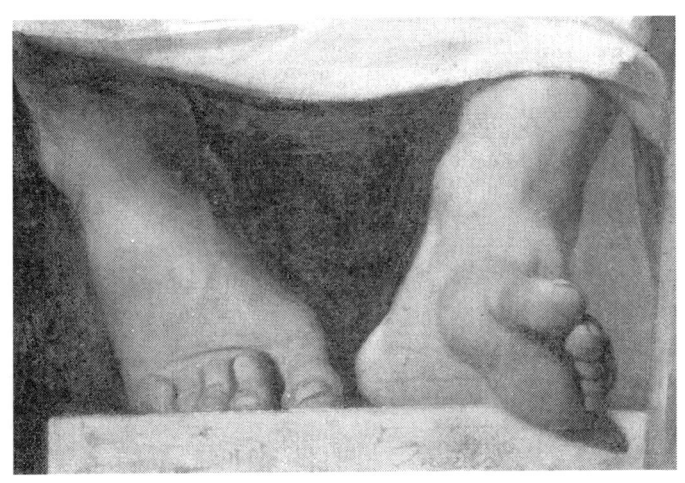

எதுவும் தெரிவிக்கப்படவில்லை. ஆனால் பிற்காலத்தில் இப்படியான ஒரு கதை உருவானது என்கிறார்கள். கிமு 5ஆம் நூற்றாண்டில் ஹோமர் உருவம் முதன்முறையாகச் சித்தரிக்கப்பட்டிருக்கிறது. அதில் பார்வையற்றவராகவே ஹோமர் காணப்படுகிறார்.

ரபேல் வரைந்த School of Athens ஓவியத்தின் பாதிப்பில் இங்க்ரெஸ் இதனை உருவாக்கியிருக்கிறார். ஆகவே தான் ரபேலும் ஹோமரைப் பாராட்டும் கலைஞர்கள் வரிசையில் இடம்பெற்றிருக்கிறார். ஏதென்ஸ் பள்ளி ஓவியத்தின் மையத்தில் பிளேட்டோ மற்றும் அரிஸ்டாட்டில் உள்ளனர்.

தனக்கு முடிசூட்டப்படுவது குறித்த மகிழ்ச்சி ஹோமரிடம் காணப்படவில்லை. ஆனால் அவரைச் சுற்றிய கலைஞர்கள் மகிழ்ச்சியோடு காணப்படுகிறார்கள். ஹோமரின் தாக்கம் அவரது காலகட்டத்தில் மட்டுமின்றி உலக அளவில் இன்றும் தொடர்கிறது.

அப்போதியோசிஸ் விழாவின் மூலம் ஹோமரும் கடவுளாக மாறுகிறார். கிரேக்கத்தில் இது போன்ற விழாக்கள் மன்னர்களுக்கு நடப்பது வழக்கம். இங்கே மகா கவியான ஹோமருக்கு முடிசூட்டிக் கடவுளாக்குகிறார்கள்.

இந்த ஓவியத்திலுள்ள ஹோமரின் பாதங்களைப் பாருங்கள். மடங்கிய விரல்களும் வெடித்த பாதமும் நகங்களின் நேர்த்தியும் அற்புதமாக வரையப்பட்டிருக்கிறது.

12
இன்பங்களின் தோட்டம்

நெதர்லாந்தின் புகழ்பெற்ற ஓவியரான ஹிரோனிமஸ் போஷ் வரைந்த The Garden of Earthly Delights நிகரற்ற கலைப்படைப்பாகும். மூன்று பகுதிகளாக உள்ள இவ்வோவியம் 1500களில் வரையப்பட்டது.

கார்டன் ஆஃப் எர்த்லி டிலைட்ஸ் என்ற தலைப்பு போஷ் வைத்ததில்லை என்கிறார்கள். நம்மை முதலில் வசீகரிப்பது அதன் கவித்துவமான தலைப்பே.

புவியிலுள்ள இன்பங்களின் பட்டியல் முடிவில்லாதது. எத்தனை கோடி இன்பம் வைத்தாய் எங்கள் இறைவா எனப் பாரதியார் பாடுகிறார். சிற்றின்பங்களில் ஆழ்ந்துவிடும் மனிதன், பேரின்பங்களை மறந்துவிடுகிறான் என்று எல்லாச் சமயங்களும் எச்சரிக்கை செய்கின்றன.

ஆனால் வாழ்க்கை என்பதே இன்பங்களைத் தேடுவதும் அடைவதும்தான் எனப் பெரும்பான்மையினர் நினைக்கிறார்கள். நடந்து கொள்கிறார்கள். அவர்களுக்கு

எத்தனை வயதானாதலும் சில இன்பங்களின்மீதான ஆசை முற்றுப் பெறுவதேயில்லை.

மனித இன்பங்களின் பட்டியல் மாறிக் கொண்டேயிருக்கிறது. ஒவ்வொரு நூற்றாண்டும் அதற்கான புதிய இன்பங்களை உருவாக்குகிறது. உடலால் ஏற்படும் இன்பங்களை விடவும் மனதால் ஏற்படும் இன்பங்களின் எண்ணிக்கை அதிகமானது.

மகிழ்ச்சியின் தோட்டத்தைப் பற்றிய இந்த ஓவியம் திருச்சபைக்கு ஆதரவாக வரையப்பட்டிருக்கிறது. கடவுள் இல்லாத உலகில் எல்லா இன்பங்களும் அனுமதிக்கபடுகின்றன. அது பாவமான செயல் எனச் சுட்டிக்காட்டவே இதனை போஷ் வரைந்திருக்கிறார்.

இன்று நாம் அந்த ஓவியத்தைக் கொண்டாடுவது பாவம், நன்மை, தீமை பற்றிய சித்தரிப்பு என்பதற்காக அல்ல. மாறாக, கற்பனையின் மூலம் விநோத உலகை, இச்சையின் பெருநடனத்தை போஷ் எப்படிச் சித்தரித்துள்ளார் என்பதற்காகவே கொண்டாடப்படுகிறது. சிறந்த கலைப்படைப்பாக முன்வைக்கப்படுகிறது.

ஒரு ஓவியம் அது வயைரப்பட்ட காலத்தில் அடையும் மதிப்பீடும் காலமாற்றத்தில் ஏற்படும் மதிப்பீடும் வேறுவேறானது. ஓவியத்தின் முன் யார் நிற்கிறார்கள்,

என்ன மனநிலையில் நிற்கிறார்கள் என்பதற்கு ஏற்ப அதன் பொருள் கொள்ளுதல் மாறுபடவே செய்யும்.

போஷின் காலத்தில் இந்த ஓவியத்தை நீதிபோதனையாக எடுத்துக் கொண்டிருக்கவும் கூடும். ஆனால் இன்று இந்த ஓவியம் கலைப்பொருளாக மட்டுமே கருதப்படுகிறது. எல்லாச் சமயத்தினரும் அதைப் பார்வையிடுகிறார்கள். கலைப்பொருள் பேசும் விஷயத்தைவிடவும் அதை எப்படி வெளிப்படுத்துகிறது என்பதிலேதான் இன்றைய நாட்டம் அதிகமுள்ளது.

மேலும் போஷின் பாதிப்பு புரூகேல், டாலி போன்ற பிரபல ஓவியர்கள் வரை தொடர்கிறது என்பதால் கனவுநிலைக் காட்சிகளின் முன்னோடி ஓவியராக அவரைக் கருதுகிறார்கள், கொண்டாடுகிறார்கள்.

ஓவியத்தின் இடது பேனலில் ஆதாமும் ஏவாளும் கடவுளுடன் ஏதேன் தோட்டத்திலிருக்கிறார்கள். இதில் கடவுள் இளைஞராக இருக்கிறார். ஆடை அணிந்திருக்கிறார். ஆடைகளற்ற ஆண் பெண்ணாக ஆதாமும் ஏவாளும் இருக்கிறார்கள். ஆதாமிடம் ஒப்படைப்பதற்காக ஏவாளின் கரம் பற்றி நிற்கிறார் கடவுள். அவர்களை நோக்கும் ஆதாமின் பார்வை வியப்பளிக்கிறது. ஏவாள் ஆதாமைக் கவனிக்கவேயில்லை.

அடுத்த இரண்டு பேனல்கள் ஆதாமின் கனவைப் போலவே தோற்றம் தருகின்றன.

சொர்க்கம் எனத் தலைப்பிடப்பட்ட இந்த இடது பேனலில் பல அடுக்குகளான ஏதேன் தோட்டம் காணப்படுகிறது. அங்கே நீர்நிலைகள் குன்றுகள் உள்ளன. கூட்டமாகப் பறவைகள் பறந்தலைகின்றன. நீர்நிலையைச் சுற்றிலும் விலங்குகள் ஒன்றுகூடியிருக்கின்றன. ஒரு யானையும் ஒட்டகச்சிவிங்கியும் காணப்படுகிறது. பல்லியைக் கவ்விச் செல்லும் பூனை, தவளையை விழுங்கும் பறவை, சிறகு முளைத்த மீன்களைக் காணுகிறோம். விநோத விலங்குகளின் தோட்டமாக இருக்கிறது ஏதேன். யானையின் முதுகில் குரங்கு ஒன்று அமர்ந்திருக்கிறது. இரையைக் கொன்று விழுங்கப் போகும் சிங்கம் காணப்படுகிறது. மரத்தைச் சுற்றி ஒரு பாம்பு காணப்படுகிறது.

மனிதன், இயற்கை, விலங்குகள், பறவைகள் யாவும் ஒத்திசைவோடு இருப்பதையே போஷ் வரைந்திருக்கிறார். நல்லுறவின் வலியுறுத்தலாகவே ஓவியம் காட்சியளிக்கிறது. அதே நேரம் விநோத தோற்றங்கள் கனவுநிலைப்பட்டது போலவும் உணர வைக்கிறது.

ஏதேன் தோட்டம் பாலின்பத்திற்கு முற்பட்டது. அங்கே பாலுறவு கிடையாது. விலக்கபட்ட கனியைப் புசித்தபின்பே காமம் துவங்கியது. காமத்திற்கு முந்தைய இந்தச் சொர்க்கம் மனிதனை மையமாகக் கொண்டதில்லை. அதன் இன்பங்கள் மனிதன் உருவாக்கிக் கொண்டதுமில்லை.

1450 முதல் 1516 வரை வாழ்ந்த டச்சு ஓவியரான ஹிரோனிமஸ் போஷின் வாழ்க்கை பற்றிக் குறைவான தகவல்ளே கிடைத்திருக்கின்றன. அவரது தந்தையும் தாத்தாவும் ஓவியர்கள். ஆகவே இளவயதிலே போஷ் ஓவியம் வரையக் கற்றுக் கொண்டிருக்கிறார். அவர் பயன்படுத்தும் நிறங்களும் அதற்கான வண்ணக்கலவையும் மிக மெல்லிய தூரிகைகளும் குடும்ப ரகசியமாகத் தரப்பட்டவை.

கார்டன் ஆஃப் எர்த்லி டிலைட்ஸ் முதற்பகுதியில் உள்ள கடவுளின் நீல நிறக் கண்களைப் பாருங்கள். எவ்வளவு துல்லியம். குறிப்பாக விலங்குகளின் விந்தையான தோற்றம். அதன் உடலமைப்பை வரைந்துள்ள விதம் ஆச்சரியமளிக்கிறது. மனிதகுலத்தின் ஆசைகள் மற்றும் ஆழ்ந்த அச்சங்கள் பற்றிய ஆழமான நுண்ணறிவு கொண்டவராக போஷ் இருந்திருக்கிறார். அதே நேரம் ஆழ்ந்த கிறிஸ்துவ நம்பிக்கைக் கொண்டவராக இருப்பதை உணர முடிகிறது.

இந்த ஓவியத்தை இன்பத்தின் பெருவெடிப்பு என்கிறார்கள் கலைவிமர்சகர்கள். ஓவியத்தின் மிகச்சிறந்த பகுதி நடுவிலுள்ள பேனல்தான். இன்று இணையத்தின் உதவியால் அதை விரித்துப் பெரியதாக்கிக் காணும்போது விந்தையுலகினுள் சஞ்சரிப்பது போலவேயிருக்கிறது.

பசியும் காமமும் மனிதனின் ஆதார இச்சைகள். அந்த ஆசைகள் எப்படியெல்லாம் தீர்த்துக் கொள்ளப்படுகின்றன என்பதன் சாட்சியம் போலவே விநோத தோற்றங்கள் வரையப்பட்டிருக்கின்றன. குறிப்பாக, பழங்கள் மனிதர்களை

உண்ணுகின்றன. பிரம்மாண்டமான ஸ்ட்ராபெர்ரியைப் பாருங்கள். மனிதர்கள் நிர்வாண உடல்களுடன் ஆசையின் உன்மத்தமேறியவர்களாகக் காணப்படுகிறார்கள்.

மனித உடல்களின் தலைகீழ் நிலையும் கூட்டியக்கமும் கட்டற்ற இன்பங்களின் தூய்ப்பாகவே காட்சி தருகின்றன.

பேனலின் நடுவில் குளம் காணப்படுகிறது. பழங்கள் பிரம்மாண்ட தோற்றம் தருகின்றன. பழம் என்பது இன்றின் குறியீடு. உச்சநிலையைப் பழம் என்றும் கருதலாம். நிர்வாண உடலும் பழமும் வேறில்லைதானே.

சிற்றின்பங்களின் விளைநிலம் போலவே நடுப்பகுதி காணப்படுகிறது. பறவைகள், விலங்குகள், கனிகள் மீன்கள், மற்றும் நிர்வாண மனிதர்கள் என யாவும் கட்டவிழ்த்துவிடப்பட்ட நிலையில் இணைந்தும் விலகியும் முயங்கியும் காணப்படுகின்றன. இதில் மனிதர்களை விடவும் பறவைகளும் விலங்குகளும் உக்கிரமாக இயங்குகின்றன. சிப்பி ஒன்றுக்குள் ஆணும் பெண்ணும் உடலுறவு கொள்கிறார்கள். கோளம் ஒன்றினுள் ஆணும்

ஒளியின் கைகள் φ75

பெண்ணும் மயங்கிக்கிடக்கிறார்கள். இலைகளால் முடிசூட்டப்பட்ட ஒரு மனிதன் காணப்படுகிறான்.

பல்வேறு விதங்களில் இன்பம் தேடும் நிர்வாண உருவங்கள் ஆங்காங்கே தெரிகின்றன. தலையில் மயில் ஏறியுள்ள கறுப்பினப் பெண். விநோத உயிரினங்களில் சவாரி செய்யும் மனிதர்கள். சிறகுகள் கொண்ட மீன்கள் தரையில் ஊர்ந்து போகின்றன.

டால்பின் வால் கொண்ட குதிரை ஒன்று சிறகுகள் கொண்ட மீனின் மீது பயணிக்கிறது. உடைந்த முட்டை வடிவம் மற்றும் மீன்களை அதிகம் காணுகிறோம். பறவைகள் மற்றும் விலங்குகள் சிற்றின்பக் களியாட்டத்தில் உற்சாகமாகக் கலந்து கொள்கின்றன.

மனிதர்களை விலங்குகள் தண்டிப்பது போன்ற இந்தக் காட்சிகள் உலகியல் இன்பங்கள் குறித்த மகிழ்ச்சியை ஏற்படுத்துவதற்குப் பதிலாகக் குழப்பத்தையும் அச்சத்தையுமே ஏற்படுத்துகின்றன. உயிரினங்கள் யாவும் காமத்தால் தூண்டப்பட்டுத் தன்னிசையாகச் செயல்படுவதையே இந்தப் பேனல் விளக்குகிறது.

இந்தக் கனவுநிலைப்பட்ட காட்சியில் வெளிப்படும் விநோதம் பார்க்கும் நம்மைப் பெரிதும் வசீகரிக்கிறது. இந்தக் காட்சிகள் ஒவ்வொன்றுக்கும் பின்னும் விவிலிய வாசகங்களும் கதையும் ஒளிந்திருக்கின்றன. இதிலுள்ள சில காட்சிகள் புனிதநூலுக்கு வரையப்பட்ட பக்க ஓவியங்களிலிருந்து பெறப்பட்டிருக்கின்றன. ஓவியத்தில் காணப்படும் இசைக்கருவிகள் நாட்டார் மரபைச் சார்ந்தவை. அது போலவே பழமொழிகளும் சமயவரலாறும் இதில் மாற்றுவடிவம் கொண்டிருக்கின்றன என்கிறார்கள். போஷின் ஓவியத்தில் கொந்தளிப்பான, கட்டுப்பாடற்ற, ஆழமான கற்பனை வீச்சினையே நாம் உணருகிறோம்.

வலதுபக்கப் பேனலில் நாம் காணும் நரகக் காட்சிகள் அச்சமளிக்கின்றன. இருள் சூழ்ந்த வெளி. வேதனையும் கொண்ட மனிதர்கள். தாந்தேயின் நரகத்தை நினைவுபடுத்துகின்றன. நரக வாயில்கள் மற்றும் ரத்தமாக மாறும் தண்ணீர் உடலுறுப்புகளின் கோரமான சிதைவு, பாவத்திற்கான தண்டனை தரும் இடமாக நரகம் காணப்படுவதையே உணர்த்துகிறது.

போஷின் இந்த ஓவியம் குறித்து விரிவான விளக்கவுரையை இணையத்தில் கேட்க முடிகிறது. அவை ஓவியத்தை விளக்க முற்படுகின்றன. நான் இந்த ஓவியத்தினை ஆராதிக்க விரும்புகிறவன். ஓவியங்கள் மட்டுமே உள்ள நாவலைப் படிப்பது போலவே இதனை நான் வாசிக்கிறேன். புரிந்து கொள்கிறேன்.

இந்த ஓவியத்தின் முதன்மையான அம்சம் இயல்பு திரிவதாகும். பறவை விலங்குகள் மனிதர்கள் என யாவரும் இயல்பு மாறி விநோத நிலையில் காணப்படுகிறார்கள். உடல் இச்சை அவர்களை அலைக்கழிக்கிறது. உணவைப் போல உடலைப் புசிக்கிறார்கள்.

சொர்க்கத்தில் வீடு என்பது கிடையாது. சொர்க்கம் என்பது பெரிய திறந்தவெளி. தோட்டம் எனச் சொர்க்கத்தை யார் முதலில் கற்பனை செய்தார்கள் எனத் தெரியவில்லை. ஏன் சொர்க்கம் ஒரு கடற்கரையாக இல்லை, கானகமாக இல்லை, தோட்டம் என்பதே கட்டுப்பாடுகளும் எல்லையும் கொண்டதுதானே. சொர்க்கம் என்பது முழுமையானதில்லை.

போஷின் வேறு ஓவியங்களிலும் புனிதர்கள் இடம்பெற்றிருக்கிறார்கள். அதிலும் இது போன்ற விசித்திரத் தோற்றங்கள் காணப்படுகின்றன.

பரிச்சயத்தன்மையையும் அதன் விளைவாக ஏற்படும் சலிப்புத்தன்மையையும் நீக்குவதற்கு, பார்வைப் புலன்களின் பிடியிலிருந்து விலகிய புதிய கற்பனையை உருவாக்க வேண்டியிருக்கிறது. அதை போஷின் ஓவியங்களில் காணமுடிகிறது என்கிறார் போர்ஹெஸ். கார்டன் ஆஃப் எர்த்லி டிலைட்ஸ் ஓவியம் அதன் சாட்சியமாக உள்ளது.

✦✦✦

13

கோனேரி ராஜபுர ஓவியங்கள்

கோனேரி ராஜபுரம் சென்றிருந்தேன். திருநல்லம் என்பது அதன் பழைய பெயர். அங்குள்ள பஞ்சலோக நடராஜர் விக்கிரகம் மிகப்பெரியது. பேரழகு மிக்கது. செம்பியன் மாதேவி இக்கோவிலைக் கற்றளியாகக் கட்டினார் என்கிறார்கள். கோவிலிலுள்ள இறைவியின் பெயர் அங்கவள நாயகி. எவ்வளவு அழகான பெயர்.

கும்பகோணம் — காரைக்கால் பாதையில் எஸ்.புதூர் என்னும் ஊரைக் கடந்து தெற்கே வடமட்டம் செல்லும் சாலையில் பயணம் செய்தால் கோனேரி ராஜபுரம் அடையலாம். சாலைவழியெங்கும் நாணல் பூத்திருந்தன. இளவெயிலின் முணுமுணுப்பு. மண்சாலைகளுக்கு உள்ள நினைவு தார்சாலைகளுக்குக் கிடையாது.

கோவிலின் முகப்பு மண்டப விதானத்தில் அழகான வண்ண ஓவியங்கள் காணப்படுகின்றன. இவை முறையான பராமரிப்பின்றி உதிர்ந்த நிலையில் உள்ளன. கோவில் சார்ந்த தொன்மம் மற்றும் புராணக் கதைகள், கோவிலின் விழாக்களைச் சித்தரிக்கும் காட்சிகள் ஓவியங்களாக வரையப்பட்டுள்ளன.

இந்த ஓவியங்களில் ஒன்றாக ஆங்கிலேய அதிகாரிகளை வரவேற்கும் காட்சி இடம்பெற்றுள்ளது. இப்படி ஒரு ஓவியத்தை வேறு கோவில் எதிலும் நான் கண்டதில்லை.

நான்கு ஆங்கிலேயர்கள் தலைதொப்பி அணிந்து நீண்டவாளுடன் நிற்கிறார்கள். அவர்களின் உடை மற்றும் கழுத்துப்பட்டி நேர்த்தியாக வரையப்பட்டிருக்கிறது. அவர்களுக்கு எதிரே தட்டில் சந்தனம், பன்னீர் சொம்பு, வெற்றிலை பாக்கு காணப்படுகின்றன. அவர்களை வரவேற்கும் விதமாகச் சதிராடும் பெண் ஒருத்தி நடனமாடுகிறார். தலைப்பாகை அணிந்தவர் முகவீணை வாசிக்க, இன்னொருவர் சின்னமேளம் அடிக்க, மற்றொருவர் கைத்தாளம் போடுகிறார்.

கோனேரிராஜபுரம் ஓவியங்களை 1916ஆம் ஆண்டு திருவாரூர் வண்ணக்காரன் நடேசன் பிள்ளை தீட்டிய தாகவும், பின்னர் 1935ஆம் ஆண்டு திருவாவடுதுறை வர்ணக்காரர் மாசிலாமணி தீட்டியதாகவும் வரலாற்று ஆய்வாளர் இரா.நாகசாமி குறிப்பிடுகிறார்.

இக்கோவிலின் சிற்பங்கள் மற்றும் ஓவியங்கள் குறித்து ஆய்வாளர் எழில்ஆதிரை செம்பியன் மாதேவி

மலைக்கோயில்கள் என விரிவான ஆய்வு நூல் ஒன்றை எழுதியிருக்கிறார்.

வண்ணக்காரன் என்று ஓவியரை அழைப்பது பொருத்தமானது. டெம்பரா ஓவிய முறையில் வரையப்பட்ட இந்த ஓவியங்களில் தனித்துவமாக வண்ணங்களை உபயோகித்துள்ள விதமும் முகபாவங்களும் அபாரமான அழகுடன் காணப்படுகின்றன.

நடனமாடும் பெண் திருவிடைமருதூர் ருக்மணி என்றும், நாதஸ்வர வித்துவான்களாக அம்மாபேட்டை பக்கிரி மற்றும் மன்னார்குடி சின்னப் பக்கிரி என்றும் இணையத்தில் செய்தி காணப்படுகிறது. உறுதியான தகவல்தானா என்று தெரியவில்லை.

நாயக்க மன்னர்களின் காலத்தில்தான் தமிழ்நாட்டில் டெம்பரா ஓவிய முறை அறிமுகம் ஆனது. சுண்ணாம்பு கொண்டு வெள்ளையடிக்கப்பட்ட சுவரில் இயற்கை வண்ண நீர் கலவையை முட்டையின் வெள்ளைக் கரு போன்ற ஏதாவது ஊடகத்தில் குழைத்து அதனைப் பயன்படுத்தி ஓவியங்கள் வரைந்திருக்கிறார்கள். சிவப்பு, மஞ்சள், கறுப்பு, நீலம் போன்ற அடிப்படை வண்ணங்களே இதில் முதன்மையாகப் பயன்படுத்தப்படுகின்றன.

Around India with a Movie Camera என்றொரு ஆவணப்படத்தை இரண்டு ஆண்டுகளுக்கு முன்பு பார்த்தேன். அதில் இது போன்ற ஒரு காட்சி இடம்பெற்றுள்ளது. புதுச்சேரி அருகிலுள்ள வில்லியனூர் கோவில் முன்பாக ஆங்கிலேய அதிகாரிக்கு வரவேற்பு கொடுப்பதற்காகச் சதிர் நடனம் ஏற்பாடு செய்யப்படுகிறது. சதிராடும் பெண்களின் கம்பீரமும் அதைக் காணும் கிராமவாசிகளும், உள்ளூர் பிரமுகரின் பருத்த தோற்றமும், இந்த வரவேற்பை விநோதமாகக் காணும் பிரிட்டிஷ் குடும்பத்தின் இயல்பையும் அந்த ஆவணப்படத்தில் காண முடிந்தது. அதே நிகழ்வின் மறுவடிவம் போலவே கோனேரி ராஜபுர ஓவியம் காணப்படுகிறது. ஆங்கிலேயர்கள் கோவிலில் அளிக்கப்படும் மரியாதையை ஏற்றுக் கொள்ளும் தோற்றத்தைக் காணும்போது அன்றைய உள்ளூர் பிரமுகர்கள் எவ்வளவு அடிபணிந்து போயிருக்கிறார்கள், அதிகாரிகளைச் சந்தோஷப்படுத்த என்னவெல்லாம் செய்திருக்கிறார்கள் என்பதை அறிய முடிகிறது.

ஓவியத்தில் இடம்பெற்றுள்ளவர்களின் உடல் அமைப்பும் முகபாவமும் அதில் வெளிப்படும் உணர்ச்சிகளும் துல்லியமாக வரையப்பட்டுள்ளன. குறிப்பாக, சதிராடும் பெண்ணின் பின்னால் உள்ள பெண்களின் வெறித்த பார்வையைப் பாருங்கள். சற்றே

தலை தாழ்த்தி நிற்கும் ஆங்கிலேயர்களின் பாவனையைப் பாருங்கள். அபாரம்.

ஓவியத்திலுள்ள கடிகாரம் என்னை மிகவும் கவர்ந்தது. கோவில் சுவரில் காணப்படும் அந்தக் கடிகாரம் காலமாற்றத்தின் அடையாளம். கோவிலுக்குள் எப்போதுமே காலமயக்கம் ஏற்படுகிறது அல்லது காலம் கோவிலுள் நழுவி விடுகிறது. நாம் காணும் சிற்பங்களும் ஓவியங்களும் உடனடியாக நம்மைப் பின்னோக்கி நகர்த்திக் கடந்தகாலத்தினுள் நீந்தச் செய்கின்றன. கோவிலின் கோபுரம் என்பது காலமற்றது. அதன் நிழல் என்னை எப்போதும் வசீகரிக்கக்கூடியது.

அந்தக் கால முகங்களுக்கு என்று விசேஷ அழகிருக்கிறது. இந்தக் கோவிலில் காணப்படும் வேறு சில ஓவியங்களில் அப்படியான விசித்திர முகங்களைக் கண்டேன். பணிந்து கைகூப்பி நிற்கும் துறவியின் சித்திரத்தை விட்டுக் கண் அகலமுடியவில்லை.

தொலைதூரத்திலிருந்து கேட்கும் ரேடியோ பாடல் தற்காலத்திற்குள் என்னை இழுத்துக் கொண்டிருந்தது.

மனம் வேறுகாலத்தில் வேறு உணர்வில் மயங்கிச் சரிந்து கொண்டிருந்தது. கலை தரும் மகிழ்ச்சியை வேறு எதனாலும் ஈடு செய்துவிட முடியாது. கோவில் ஒரே நேரத்தில் மூன்று நான்கு கால அடுக்குகள் கொண்டிருக்கிறது. சங்கீதமும் சிற்பங்களும் ஓவியங்களும் பிரிக்கமுடியாத இழையால் இணைக்கப்பட்டிருப்பதாக உணர்ந்தேன். அந்த உணர்வை எப்படி விவரிப்பது என்று தெரியவில்லை. வெறும் பாத்திரத்தில் பாலை நிரப்பியது போல என்றொரு வரி மனதில் தோன்றியது.

ஆமாம், அப்படித்தானிருந்தேன்.

✦✦✦

14
காதலின் கண்கள்

டச்சு ஓவியர் வான் ப்ரோன்க்ஹார்ஸ்ட் (Jan Gerritsz. van Bronchorst) கிரேக்க தெய்வமான ஜீயஸ் தனது காதலியைப் பசுவாக உருமாற்றிய காட்சியை ஓவியமாக வரைந்திருக்கிறார்.

ஜீயஸ் இடி மின்னல், மழை மற்றும் காற்றின் தேவன். நிரந்தரக் காதலனான ஜீயஸ் அழகான பெண்கள் தனிமையில் இருப்பதைக் கண்டால் உடனே மேகவடிவில் அவர் முன்பு தோன்றி மயக்கிவிடுவார். அதிலும் கருமேக வடிவம் கொண்டு வட்டமிடுவது வழக்கம்.

இதனை அறிந்து வைத்திருந்த ஜீயஸின் மனைவி ஹீரா அவரைக் கண்காணிக்க எப்போதும் ஆள் அனுப்பி வைத்திருப்பார்.

அயோ நதிக் கடவுள்களில் ஒருவரான இனாச்சஸின் மகள். அழகான இளம்பெண். ஜீயஸ் மேக வடிவத்தை

எடுத்து அவளைச் சூழ்ந்து தன்னைக் காதலிக்கும்படி மன்றாடினார். அவளும் காதலை ஏற்றுக் கொண்டாள். இதை அறிந்த ஹீரா கோபத்துடன் அங்கே வரவே அயோவை ஒரு பசுவாக உருமாற்றிவிடுகிறார் ஜீயஸ்.

அந்தப் பசுவை மந்தையோடு சேர்த்துவிடுவதன் மூலம் தனது கள்ளக்காதலை மறைத்துக் கொள்ள நினைக்கிறார் ஜீயஸ். அயோவைப் பசுவாக்கிவிட்டதை அறிந்த ஹீரா அதைத் தனக்குப் பரிசாக அளிக்கும்படி கேட்கிறாள்.

தனது மனைவியின் பொறாமையை அறிந்தபோதும் ஜீயஸால் அவளது கோரிக்கையை மறுக்க முடியவில்லை. தயக்கத்துடன் பசுவை அவளிடம் ஒப்படைக்கிறார்.

தனது மந்தையில் பசுவை அடைத்து அதைக் காவல்காக்க நூறு கண்கள் கொண்ட நாயான ஆர்கஸ் பனோப்டெஸை நியமிக்கிறாள் ஹீரா. அந்தக் கண்காணிப்பிலிருந்து தனது காதலியை மீட்க மகன் ஹெர்மஸின் உதவியை நாடுகிறான் ஜீயஸ்.

அவன் தனது புல்லாங்குழலினை இசைத்துக் கதை சொல்லவே அதில் ஆர்கஸ் மயங்கி உறங்கிவிடுகிறது. அந்தத் தருணத்தில் ஆர்கஸை கொன்றுவிடுகிறார்கள். தனது விசுவாசியான ஆர்கஸின் மரணத்தைத் தாங்க முடியாத ஹீரா அதன் நூறு கண்களைத் தனக்குப் பிடித்த பறவையான மயிலின் வால் பகுதிக்கு மாற்றிவிட்டார். அப்படித்தான் மயில்தோகையில் கண்கள் தோன்றின என்கிறார்கள்.

அங்கிருந்து தப்பிய அயோ, பசு வடிவிலே நாடு விட்டு நாடு அலைந்து கொண்டிருந்தார். தனது பயணத்தில் அவள் ஜீயஸால் சங்கிலியால் பிணைக்கப்பட்ட பிரோமிதியஸை சந்திக்கிறாள். மனிதகுலத்திற்கு நெருப்பைத் திருடிக் கொடுத்ததற்காக பிரோமிதியஸ் தண்டிக்கப்பட்டிருந்தான்.

அதுவும் ஒரு பாறைகளில் சங்கிலியால் பிணைக்கப் பட்டிருந்தான். அவனது ஈரலைக் கொத்தித் தின்பதற்குத் தினமும் ஒரு கழுகு வரும். இதனால் தினம் தினம் நரக வேதனையை அடைந்துகொண்டிருந்தான்.பிரோமிதியஸை சந்தித்த அயோ தனது மீட்சியைப் பற்றிக் கேட்கிறாள். ஒரு நாள் அவள் தனது மனித உருவைத் திரும்பப் பெறுவார், அவளது சந்ததிகளில் ஒருவர் தன்னை விடுவிப்பார் என்று பிரோமிதியஸ் முன்னறிவிப்பு செய்கிறார்.

பல வருடங்கள் அலைந்து திரிந்த அயோ இறுதியில் எகிப்தை அடைந்தாள். அங்கே ஜீயஸ் அவளுக்கு மீண்டும் மனித உருவத்தைக் கொடுத்தார். அவருடன் வாழ்ந்து மூன்று பிள்ளைகளைப் பெற்றெடுத்தாள் அயோ.

கிரேக்கத் தொன்மத்திலுள்ள ஜீயஸ்—அயோ காதலை வான் ப்ரோன்க்ஹார்ஸ்ட் மிகச்சிறப்பான ஓவியமாக வரைந்திருக்கிறார்.

பசுவின் தோற்றம் எவ்வளவு அழகாக வரையப்பட்டிருக்கிறது பாருங்கள். குறிப்பாக, பசுவின் நிறம், அதன் முக அமைப்பு, வளைந்த கொம்பு, காது ரோமங்கள், குறிப்பாகக் கண்கள் அபாரமான அழகுடன் வரையப்பட்டிருக்கின்றன. பசுவின் கண்களில் வெளிப்படுவது அயோவின் காதலே.

அது போலவே ஜீயஸ் சாய்ந்து அமர்ந்துள்ள கோலம், கால் பாதங்களின் அழகு, வயிற்றுத்தசை மடிப்புகள், ஹீராவின் விரல்களுக்கான இடைவெளி, ஆடையின் வனப்பு, திறந்த மார்பகம், வானத்து மேகங்கள் என ஓவியம் பேரழகுடன் வரையப்பட்டிருக்கிறது.

இதில் இரண்டு மயில்களை வான் ப்ரோன்க்ஹார்ஸ்ட் வரைந்திருக்கிறார். ஆசையின் அடையாளமாகவே மயில் எப்போதும் வரையப்படுகிறது. சில நேரம் அது ரகசிய ஆசை என்றும் அர்த்தப்படுத்தப்படுகிறது. ஜீயஸ் பார்வையும் ஹீராவின் பார்வையும் சந்தித்துக் கொள்ளவில்லை. ஆனால் அவனது காதலைத் தடுக்க முடியவில்லை என்பது போல ஹீராவின் பார்வை உணர்த்துகிறது.

ஹீரா திருமணத்தின் தெய்வம். திருமண உறவை காப்பதே அவளது முதன்மையான வேலை. ஆனால் அவளுடைய மணவாழ்க்கையே சிக்கலாக இருக்கிறது.

பசுவாக மாற்றப்பட்ட அயோவின் கதை விசித்திரமானது. அவள் ரகசியக் காதலின் காரணமாகத் தண்டிக்கப்படுகிறாள்.

1656இல் வரையப்பட்ட இந்த ஓவியம் நெதர்லாந்து உட்ரெக்ட் அருங்காட்சியகத்திலுள்ளது.

◆◆◆

15
துரோகத்தின் வெளிச்சம்

ஃபிளெமிஷ் ஓவியர் பீட்டர் பால் ரூபன்ஸ் வரைந்த சாம்சன் மற்றும் டிலீலா ஓவியம் நிகரற்ற அழகுடையது.

அந்த ஓவியத்தில் டிலீலாவின் மடியில் தலைவைத்து சாம்சன் துயில்கிறான். அப்போது அவன் தலைமயிரைத் துண்டிப்பதற்காகக் காட்டிக் கொடுக்கிறாள் டிலீலா. வாசலுக்கு வெளியே பெலிஸ்திய வீரர்கள் காத்துக் கொண்டிருக்கிறார்கள். இந்த ஓவியத்தில் டிலீலாவின் இடது கை சாம்சனின் வலது தோள்பட்டையின் மேல் உள்ளது, மறுகை விலகி இருக்கிறது. தனது செயலை முழுமனதோடு அவள் செய்யவில்லை என்பதன் அடையாளம் போலவே சித்தரிக்கபட்டுள்ளது.

டிலீலாவின் திறந்த மார்பகங்கள், குனிந்த தலை, கவிழ்ந்த பார்வை, அவளது ஆடையின் வனப்பு, ஆழ்ந்து

உறங்கும் சாம்சன் திடகாத்திரமான உடற்கட்டுடன் காணப்படுகிறான். ஆனால் அவன் துயிலும் நிலை தாயின் மடியில் உறங்கும் சிறுவனைப் போலிருக்கிறது.

இந்த ஓவியத்தில் மெழுகுவர்த்தி ஏந்திய முதியவள் நிற்கிறாள். அவள் காட்டும் வெளிச்சத்தில்தான் தலைமயிரைத் துண்டிப்பது நடக்கிறது. அந்தச் சுடர் துரோகத்தின் வெளிச்சமாக ஒளிர்கிறது. முதியவளின் முகத்தில் வெளிப்படும் உணர்ச்சிகளை மிகத்துல்லியமாக ரூபன்ஸ் வரைந்திருக்கிறார்.

பழைய ஏற்பாட்டுக் கதையிலிருந்த சாம்சன் டிலீலா காதலின் காட்சியை ரூபன்ஸ் வரைந்திருக்கிறார். இணையற்ற வீரனான சாம்சனின் பலம் அவனது தலைமயிரில் இருக்கிறது. அதைத் துண்டிக்கவே டிலீலா உதவி செய்கிறாள். பழைய ஏற்பாட்டில் விளக்கு ஏந்திய முதியவள் இடம்பெறவில்லை. ஆனால் அவளை வரைந்திருப்பதன் மூலம் காட்சிக்கு உயிர்கொடுத்திருக்கிறார் ரூபன்ஸ்

இத்தாலிய ஓவியர் கரவாஜியோ பாணியில் ஒளியை வரைந்திருக்கிறார். வெளியே நிற்கும் காவலர்கள் ஏந்திய மெழுகுவர்த்தியிலிருந்து வரும் வெளிச்சம் எத்தனை

அழகாக இருக்கிறது. சாம்சன் கிரேக்க சிற்பம் போல உடற்கட்டு கொண்டிருக்கிறான். அவன் தனது இடையில் மிருகத்தோலை மட்டுமே அணிந்திருக்கிறான். டிலீலா வெள்ளை நிற ஆடையுடன் சிவப்பு நிற சாடின் ஆடையை அணிந்துள்ளார் டிலீலாவின் உதடுகள் எதையோ சொல்ல முயலுவது போலிருக்கின்றன. அவளது பொன்னிறக் கூந்தல், ஏறிட்ட நெற்றிமேடு, மூக்கின் சிறுவளைவு, உதட்டுக்குழி, கழுத்துமடிப்பு, தளர்ந்த மார்பகங்கள், கால்விரலின் நகலட்சணம், டிலீலாவின் ரம்மியமான சிவப்பு உடை, விலையுயர்ந்த கம்பளம் மற்றும் ஊதா நிற ஆடைகள், அதே போல் மென்மையான வெளிச்சம் என அனைத்தும் மகிழ்ச்சியின் உணர்வையும் சூழ்நிலையையும் உருவாக்குகின்றன. பின்புலத்திலுள்ள இரண்டு கண்ணாடிக் குடுவைகள் மிகத்துல்லியமாக வரையப்பட்டுள்ளன. அறையின் இடதுபுறத்தில் வீனஸ் மற்றும் மன்மதன் சிலை இருப்பது குறிப்பிடத்தக்கது.

தனது கணவனைக் காட்டிக் கொடுக்கும் டிலீலாவின் முகத்தில் மகிழ்ச்சியில்லை. ஆனால் அவள் பின்னால் நிற்கும் முதியவள் முகத்தில் விசித்திரமான மகிழ்ச்சி தென்படுகிறது. குறிப்பாக, கிழயின் ஒற்றைப்பல், ஒளிரும் கண்கள், சுருக்கம் விழுந்த முகம், அவளது நரைக்காத கேசம், வெளிச்சத்தைக் கையால் மறைத்து சாம்சன்

தலைபக்கம் அவள் காட்டும் விதம் என முதியவள் தனித்துவமாக ஒளிருகிறாள்.

கத்திரிக்கோலுடன் நிற்கும் பெலிஸ்திய முடிதிருத்துபவன், சாம்சனின் மயிர்க்கற்றையை இரண்டு விரல்களால் பிடித்துக் கொண்டிருக்கிறான். ஏதோ கனவில் ஆழ்ந்திருப்பவன் போல சாம்சனின் கண்கள் சொருகியிருக்கின்றன. உறக்கத்தில் கைவிரல்கள் மடங்கியிருப்பதை வரைந்திருக்கிறார் ரூபன்ஸ். காதலும் துரோகமும் இணைந்த அந்த இரவிற்குள் நாமும் சாட்சியமாக நிற்கிறோம். இந்தக் காட்சி அமைதியானதாகத் தோன்றினாலும் அதன் அடியில் பதற்றம் மறைந்திருக்கிறது. ஒருவேளை சாம்சன் துயில் கலைந்து எழுந்துவிடுவானோ என நமக்கே தோன்றுகிறது. டிலீலா அவன் முதுகில் கைவைத்திருப்பவது உறக்கத்திலிருந்து அவன் விழித்துவிடாமல் இருக்கத்தானோ.

ரூபன்ஸ் தனித்துவமான நிறம், இயக்கம் மற்றும் ஒளியமைப்பிற்கு முக்கியத்துவம் கொடுத்து தனக்கென ஓவிய பாணியை உருவாக்கியவர். பதினாறாம் நூற்றாண்டினைச் சேர்ந்த இந்த ஓவியம் தற்போது லண்டனில் உள்ள நேஷனல் கேலரியில் உள்ளது

✦✦✦

16
கேலிச்சித்திரங்களின் உலகம்

லியா வோல்சோக் இயக்கிய Very Semi-Serious ஆவணப்படம் நியூயார்க்கர் இதழில் வெளியான கேலிசித்திரங்கள் குறித்துப் பேசுகிறது.

ஒவ்வொரு வாரமும் செவ்வாய்க்கிழமை தாங்கள் வரைந்த புதிய கேலிச்சித்திரங்களுடன் ஓவியர்கள் நியூயார்க்கர் அலுவலகம் வருவது வழக்கம். யார் வேண்டுமானாலும் தாங்கள் வரைந்த ஓவியத்துடன் வரலாம். அந்தக் கேலிச்சித்திரங்களிலிருந்து பதினைந்தை அந்த வாரத்திற்காகத் தேர்வு செய்வார்கள். தேர்வு செய்யும் பணி சவாலானது. தேர்வாளரான ராபர்ட் மான்கோஃப் அனைத்துக் கேலிச்சித்திரங்களைப் பரிசீலனை செய்து பொருத்தமானவற்றைத் தேர்வு செய்கிறார். ஒரு கார்ட்டூனிற்கு ஆயிரம் டாலர் வரை பணம் தருகிறார்கள்.

தி நியூயார்க்கர் இதழில் வெளியான கேலிச்சித்திரங்களின் வரலாறு மற்றும் அதன் தேர்வு குறித்து இந்த ஆவணப்படத்தில் மான்கோஃப் விவரிக்கிறார். பல்வேறு ஓவியர்களின் அனுபவங்களும் இதில் சிறப்பாக இடம்பெற்றுள்ளன.

செப்டம்பர் 11 தாக்குதலுக்குப் பின்பு வெளியான தி நியூயார்க்கர் இதழின் அட்டையில் கேலிச்சித்திரம் இடம்பெறவில்லை. அந்த இதழில் ஒரேயொரு கேலிச்சித்திரம் மட்டுமே வெளியாகியிருக்கிறது. அதன் தொடர்ந்த வாரங்களில் எது போன்ற கேலிச்சித்திரங்களை வெளியிட்டார்கள் என்பதைப் பற்றி மான்கோஃப் விவரிப்பது சிறப்பானது.

71 வயதான மான்கோஃப், 1977ஆம் ஆண்டு முதல் நியூயார்க்கரில் தனது கேலிச்சித்திரங்களை வெளியிட்டு வருகிறார். அத்தோடு 1997ஆம் ஆண்டு முதல் கார்ட்டூன் எடிட்டராகவும் செயல்பட்டு வருகிறார்.

நியூயார்க்கர் இதழில் எது போன்ற கேலிச்சித்திரங்களை வெளியிட வேண்டும் என்பதற்குச் சில கட்டுப்பாடுகள், வழிமுறைகள் இருக்கின்றன. அவற்றைத் தான் மாற்றி அமைத்ததாக மான்கோஃப் கூறுகிறார்.

நியூயார்க்கின் வீதிகளில் நடக்கும் அன்றாட நிகழ்வுகளைப் படமாக்கியிருக்கிறார்கள். காரணம், அதே காட்சிகள் கார்ட்டூனிஸ்ட் பார்வையில் எப்படிக் கேலிச்சித்திரமாக உருவாகிறது என்பதைப் புரிந்து கொள்வதற்காகவே.

கேலிச்சித்திரம் வரைபவர்கள் நம்மில் எவரும் பார்க்காத விஷயங்களைப் பார்ப்பார்கள். கேலியாக அதைச் சித்தரிப்பார்கள். பழக்கமான காட்சிகளை விசித்திரமாக்குகிறார்கள் என்கிறார் மான்கோஃப்.

மான்கோஃப்பும் அவரது மனைவியும் தங்கள் மகனின் மரணத்தை நினைவுபடுத்தும் பகுதி உணர்ச்சிப்பூர்வமானது.

கார்ட்டூனிஸ்ட்களின் வாழ்க்கை மற்றும் அவர்கள் கருக்களைத் தேர்வு செய்யும் முறை, தொடர்தோல்விகள், அதிலிருந்து மீண்டு தங்கள் அடையாளத்தை உருவாக்கிக் கொள்ளுதல் எனக் கேலிச்சித்திரங்களுக்குப் பின்னுள்ள அறியாத உலகைப் படம் சிறப்பாகப் பதிவு செய்திருக்கிறது.

கேலிச்சித்திரங்களின் கீழே எழுதப்படும் ஒற்றை வரி முக்கியமானது. அதற்காகப் போட்டி நடத்துகிறார்கள். சிறந்த ஒற்றைவரியைத் தேர்வு செய்து பரிசு தருகிறார்கள்.

இதழின் முதல் கேலிச்சித்திரம் துவங்கி சமீபத்திய இதழின் கேலிச்சித்திரம் வரை அடைந்துள்ள மாற்றத்தை, இதழுடன் இணைந்து பணியாற்றும் ஓவியர்கள் வழியாக வெளிப்படுத்துகிறார்கள். விலங்குகளைக் கேலிப்பொருளாகக் கையாளும் முறை இத்தனை ஆண்டுகளிலும் மாறவேயில்லை என்பது வியப்பளிக்கிறது.

தி நியூயார்க்கர் இதழில் வெளியான கேலிச்சித்திரங்களுக்கு வந்த, மதம் மற்றும் அரசியல் எதிர்ப்புப் போராட்டங்கள் பற்றிய தகவல்கள் எதுவும் இதில் இடம்பெறவில்லை. கேலிச்சித்திரங்களின் வழியே வெளிப்படும் அரசியல் முக்கியமானது. சுதந்திரமான எண்ணங்களை அதில் வெளிப்படுத்தமுடியும் என்கிறார் கோஃப்.

சமகாலத்தைக் கேலி செய்யும் இந்தக் கேலிச்சித்திரங்கள் காலம் கடந்தும் இன்றும் அதே நகைச்சுவையை வெளிப்படுத்துகின்றன. இதில் அமெரிக்காவின் மனசாட்சி வெளிப்படுகிறது என்கிறார் ரோஸ் சாஸ்டின். அது உண்மையே.

✦✦✦

17
நிறமுள்ள சொற்கள்

வின்சென்ட் வான்கோ குறித்து Van Gogh: Painted with Words என்ற புதிய டாகுடிராமா வெளியாகியுள்ளது. பிபிசி தயாரிப்பில் உருவான இப்படத்தில் வான்கோவாக நடித்திருப்பவர் பெனடிக்ட் கம்பெர்பாட்ச்.

வான்கோ எழுதிய கடிதங்களில் உள்ள வரிகளைக் கொண்டே முழுப்படமும் உருவாக்கப்பட்டிருப்பது இதன் சிறப்பு.

வான்கோ எழுதிய 903 கடிதங்களில் 650 கடிதங்கள் அவரது சகோதரர் தியோவிற்கு எழுதப்பட்டதாகும். வான்கோவின் சகோதரிகள், ஓவியர் பால் காகின் மற்றும் நண்பர்களுக்கு எழுதிய கடிதங்கள் யாவும் முறையாகத் தொகுக்கப்பட்டு The Letters of Vincent van Gogh எனத் தன்நூலாக வெளியாகியுள்ளது. கடிதங்களில் அவர் வரைந்துள்ள கோட்டோவியங்களும் சிறப்பானவை.

ஒளியின் கைகள் ФЭ5

வான்கோவின் மறைவிற்குப் பிறகு தியோவின் மனைவி ஜோஹன்னா இந்தக் கடிதங்களைத் தொகுக்கப் பல ஆண்டுகள் செலவிட்டிருக்கிறார், 1914இல் அவை தொகுப்பாக வெளியிடப்பட்டன.

வான்கோ தனக்கு வந்த கடிதங்களைப் பாதுகாத்து வைத்திருக்கவில்லை. அவரிடம் எஞ்சிய கடிதங்களில் 39 தியோவிடமிருந்து வந்தவை.

'மனதில் பொங்கி வரும் அன்பைக் கட்டுப்படுத்த முடியாமல் தத்தளிப்பது என்பது எனக்குப் புது அனுபவமில்லை. காதல் என்ற ஒன்று எனக்கு அவசியம் வேண்டும். நான் தேடுவது நெருப்பின் பொறியை. அதையே காதல் என்று நினைக்கிறேன். காலையில் படுக்கையை விட்டு எழுந்திருக்கும்போது நீ மட்டும் தனியாக இல்லாமல் உனக்குப் பக்கத்தில் இன்னொரு உயிரும் இருக்கிறது என்ற உண்மை உனக்குத் தெரிய வரும்போது அதுவே உன்னை உலகத்தை மேலும் அதிகமான நட்புணர்வுடன் பார்க்குமாறு செய்யும் என்கிறார்' வான்கோ.

உலகோடு இணைந்து வாழ விருப்பமின்றி. சமரசங் களுக்கு இடம் தராமல் கலையின் உன்மத்த நிலையில் வாழ்ந்து மறைந்தவர் வான்கோ. படைப்பின் பித்துநிலை அவரைத் துன்புறுத்தியது. வாழ்க்கை தனக்கு அளித்த கசப்புகளையும், அவமானங்களையும் தனது வண்ணங்களின் வழியே கடந்து போனார் வான்கோ. அடர் வண்ணங்கள் விடுதலையின் அடையாளமாக

மாறின. சூரியகாந்திப்பூக்கள் மனசாட்சியின் கண்களாக உருமாறின.

வான்கோவின் வாழ்க்கையைப் புரிந்துகொள்ளும் போதுதான் அவரது படைப்பின் மேதமையைப் புரிந்து கொள்ள இயலும்.

செயிண்ட்—ரெமியில் உளவியல் சிகிச்சை பெற்ற நாட்களில் அவரது படைப்பாற்றல் உச்சத்தைத் தொட்டிருக்கிறது. வான்கோவின் மஞ்சள் அறையும், நாற்காலியும் நமக்கு நிராகரிக்கப்பட்ட கலைஞனின் அவஸ்தையை உணர்த்துகின்றன.

காட்சிகளைத் துல்லியமாகத் தனது கடிதத்தில் பதிவு செய்திருக்கிறார்.

மெலிந்த தோற்றத்தைக் கொண்ட பெண் கறுப்பு நிறத்தில் உடையணிந்து கொண்டு கையை மார்பின்மீது வைத்தபடி சாம்பல் நிற சுவரோரமாக எவ்விதமான ஓசையும் இன்றி எதையோ திருடி வைத்துக் கொண்டு வருகிறாள். அவளின் சுருண்ட கூந்தல், சிறிய வட்டவடிவ முகம், அவளின் முகம் பிரௌன் நிறமா அல்லது ஆரஞ்சும் மஞ்சளும் கலந்ததா என்பதைப் பற்றி என்னால் ஒரு முடிவிற்கு வர முடியவில்லை.

ஆர்லஸில் வசித்தபோது வான்கோ ஒரு மனநலமற்றவர். அவர் ஆர்லஸில் குடியிருக்கக் கூடாது என்று 80க்கும்

ஒளியின் கைகள் 97

மேற்பட்டவர்கள் கையெழுத்துப் போட்டு மேயரிடம் புகார் அளித்திருக்கிறார்கள்.

'ஒரு மனிதனுக்கு எதிராக ஒன்றுசேரும் அளவுக்குக் கோழைத்தனமாக ஆட்களைக் கண்டது அதிர்ச்சி அளிக்கிறது. அவர்கள் என்னைச் சுதந்திரமாக இருப்பதற்குத் தகுதியற்ற மனிதன் எனக் கருதினார்கள், இது ஒரு அவமானம் — அதற்கு மேல் பேச ஒன்றும் இல்லை' என்கிறார் வான்கோ. பொதுமக்கள் அளித்த புகார் ஆவணப்படத்தில் காட்டப்படுகிறது.

இந்த ஆவணப்படத்தினைக் காணும்போது வான் கோவின் மூன்று தோல்விகள் பற்றிய எண்ணங்கள் மனதில் எழுந்தன.

முதற்தோல்வி, அவர் ஒரு மதபோதகராக முயன்றது. அதற்காகப் பைபிளை ஆழ்ந்து படித்து. தன்னைத் தானே வருத்திக்கொண்டு துறவு வாழ்க்கையை மேற் கொண்டிருக்கிறார். சில காலம் நிலக்கரி சுரங்க ஊழியர்களின் கிராமத்தில் மதபோதனையில் ஈடுபட்டார். ஆனால் அவரால் மதபோதகராக இயலவில்லை.

இரண்டாவது தோல்வி, காதலித்த பெண்கள் எவரும் அவரைப் புரிந்துகொள்ளாமல் போனது. பொருளாதாரச் சிரமங்களால் அவரது காதல் கனவுகள் கலைந்து போனது.

மூன்றாவது தோல்வி, கலையுலகம் தன்னை அங்கீகரிக்கும், சக கலைஞர்களுடன் இணைந்து கலைப் படைப்புகளை உருவாக்க வேண்டும் என்ற அவரது ஆசை. அதற்கான முயற்சிகள் மற்றும் தோல்விகள்.

இந்த மூன்று தோல்விகளும் ஒன்று சேர்ந்து அவரை மனப்பாதிப்புக்குள்ளாக்கின. அதிலிருந்து கடைசி வரை அவரால் மீளமுடியவில்லை.

வான்கோவின் உலகம் எளிய மனிதர்களால் ஆனது. ஏழை எளிய சுரங்கத் தொழிலாளர்கள், விவசாயிகள், தபால்காரர், குதிரைவண்டி ஓட்டுகிறவர், கிராமத்துப் பெண்கள், பாலியல் தொழிலாளிகள், நெசவு நெய்பவர்கள் இவர்களைத்தான் அதிகம் வரைந்திருக்கிறார்.

அவரது காலத்தில் அவரது ஓவியங்கள் குறித்து எவரும் மதிப்பீடு செய்யவில்லை. பாராட்டவில்லை.

அவரது நண்பர் ஒருவர் The Potato Eaters ஓவியத்தைப் பார்த்துவிட்டுக் கடுமையாக விமர்சனம் செய்திருக்கிறார். அது வான்கோவின் மனதைப் புண்படுத்தியிருக்கிறது.

லண்டனிலிருந்த நாட்களில் வான்கோ உற்சாகமாக இயங்கியிருக்கிறார். கீ என்ற இளம்பெண்ணைக் காதலித்திருக்கிறார். அந்தக் காதல் நிறைவேறவில்லை. அன்றாடம் லண்டன் மியூசியத்திற்குச் சென்று புகழ்பெற்ற ஓவியங்களைப் பார்வையிட்டிருக்கிறார். பதிவேட்டில் அவரது பெயர் காணப்படுகிறது.

Giuseppe De Nittis என்ற இத்தாலிய ஓவியர் மழைநாளில் லண்டன் நகரம் எப்படியிருக்கும் என்பதை வரைந்திருக்கிறார். அந்த ஓவியத்தைப் பார்த்தபோது லண்டன் நகரை நான் எந்த அளவு நேசித்திருக்கிறேன் என்பதை என்னால் உணர முடிந்தது என்று தனது கடிதம் ஒன்றில் வான்கோ குறிப்பிடுகிறார்.

பாரிஸில் ஓவியம் பயிலுவதற்காகச் சென்ற இடத்திலும் அவரால் இணைந்து கற்க இயலவில்லை. சலிப்பூட்டும் ஒரே விதமான பயிற்சிகளால் தனக்குப் பிரயோசனமில்லை என்று நினைத்து விலகிக் கொண்டார்.

'கண்களைத் திறந்து வைத்துக் கொண்டு ஒரு மனிதன் இருந்தால் பார்க்கும் யாவுமே அழகாக இருக்கும். ஆனால் அந்தக் கண்களில் ஒரு உயிர்ப்பு வேண்டும். தனித்துவம் கொண்டதாக இருக்க வேண்டும். அது இருந்தால் மட்டுமே கண்ணில் தெரியும் யாவும் அழகாக இருக்கும்' என்கிறார் வான்கோ.

.அறை வாடகை தருவதற்கும், ஓவியம் வரையத் தேவையான பொருட்களுக்கும் பணம் கேட்டு தியோவிற்குத் தொடர்ந்து கடிதங்கள் எழுதியிருக்கிறார். தன்னால் முடிந்த உதவிகளைத் தொடர்ந்து செய்து வந்திருக்கிறார் தியோ. சிலவேளைகளில் அவர்களுக்குள் சண்டை ஏற்பட்டிருக்கிறது. ஆனாலும் தியோ வான்கோவை விலக்கவில்லை. கடைசிவரை உறுதுணையாகவே இருந்திருக்கிறார்.

காதலனால் கைவிடப்பட்ட கர்ப்பிணிப்பெண் ஒருத்தியை வான்கோ ஒரு நாள் தற்செயலாகக் காணுகிறார். அந்தப் பெண்மீது பரிவுகொண்டு அவளைத் தனது வீட்டிற்கு அழைத்து வந்து காப்பாற்றுகிறார். அந்தப் பெண் ஓவியம் வரைவதற்கான மாடலாக இருந்திருக்கிறார். பொருளாதாரச் சிரமங்களால் அப் பெண்ணைத் தொடர்ந்து காப்பாற்ற வான்கோவால் முடியவில்லை. அவள் மீண்டும் பாலியல் தொழிலுக்கே திரும்பிப் போகிறாள். வான்கோ ஏமாற்றத்துடன் தனது தனிமைக்குள் ஆழ்ந்து விடுகிறார்.

ஓவியர் பால் காகினோடு ஏற்பட்ட நட்பும் இருவரும் ஒன்றாக ஒரே இடத்தில் வசித்தபடியே ஓவியம் வரைந்த நாட்களும் அவர்களுக்குள் ஏற்பட்ட பிணக்கும் படத்தில் அழகாகச் சித்தரிக்கப்பட்டிருக்கிறது. குறிப்பாக வான்கோவின் வேகத்திற்குப் பால் காகினால் ஓவியம் வரைய இயலாமல் போவது. காகின் வரைந்த வான்கோ ஓவியம் காகினின் சாயலில் இருப்பதும் போன்றவை சிறப்பாக விளக்கப்படுகின்றன.

மனச்சிதைவு முற்றிய வான்கோ தனது காதை அறுத்துக் கொண்டது, செயிண்ட்—ரெமி மனநலக் காப்பகத்தில் தங்கி சிகிச்சை பெற்றது, அங்கிருந்தபடியே ஓவியம் வரைந்தது, அந்த ஓவியங்களில் அலைவுறும் சுடர்களைப் போல அடர்த்தியான வண்ணக்கோடுகள் வெளிப்பட்டதும் படத்தில் சிறப்பாகப் பதிவு செய்யப்பட்டுள்ளன. புறக்கணிப்பிலிருந்து மீளுவதற்கான வழியாகவே ஓவியம் வரைந்திருக்கிறார்.

கடந்த கால அனுபவங்கள் உருவாக்கிய பதற்றமும், எதிர்காலம் குறித்த தீவிரமான குழப்பங்களும் அவரைச் சூழ்ந்து கொண்டிருந்தன. தான் அங்கீகரிக்கப்படுவோம் என்றநம்பிக்கையேஇல்லாமல், உன்னதமான கனவுகளுடன் நிகரற்ற படைப்பூக்கத்துடன் இயங்கியிருக்கிறார்.

படத்தில் வான்கோவின் The Starry Night ஓவியம் வரையப்பட்டதன் பின்புலம் மற்றும் அதன் விசேஷம் குறித்து அழகாக விளக்கியிருக்கிறார்கள்.

சாம்பல் நிற மேகங்களுக்குப் பின்னால் மறைந்து கொண்டிருக்கும் சூரியனைப் பார்க்கும்போது மிகவும் அழகாக இருக்கிறது. அப்போது விழுந்த நிழல்களைப் பார்க்க வேண்டுமே. அத்தனை அழகு என்று ஒரு கடிதத்தில் எழுதியிருக்கிறார்.

டிக்கன்ஸ் ஷேக்ஸ்பியர், மில்டன், எமிலி ஜோலா என நிறைய வாசித்திருக்கிறார் வான்கோ. அந்தி வெளிச்சம் தெரிகிறது. ஆசீர்வதிக்கப்பட்ட மாலை நேரம் என்கிறார் டிக்கன்ஸ் என்று கடிதம் ஒன்றில் குறிப்பிடுகிறார்.

கலை சம்பந்தப்பட்ட விஷயங்களில் நேர்மை மிகவும் முக்கியம். நான் உண்மையுடன் நடந்து கொள்ள

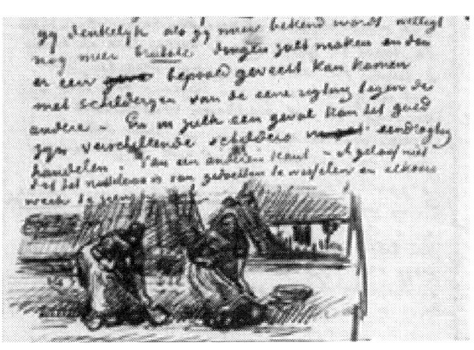

வேண்டும். வியாபாரிகள் பின்னாலும் அரைகுறை அறிவு கொண்டவர்கள் பின்னாலும் நான் ஒரு காலத்திலும் ஓடமாட்டேன். தெலாக்ரூ,மிலே, ரூஸோ, துப்ரே, தாபினி ஆகியோரின் ஓவியங்களில் இருக்கும் நிரந்தர இளமையை நினைத்து வியக்கிறேன். அந்த ஓவியங்களில் காணப்படும் கம்பீரம், அமைதி, தனித்துவம் எல்லாவற்றையும் விட இதயத்தைப் பிழியும் தன்மை இவை என்னை வசீகரிக்கின்றன எனவும் ஒரு கடிதத்தில் குறிப்பிடுகிறார்.

1888இல் தெற்கு பிரான்சில், பச்சை அலையெனக் காற்றிலாடும் வயல்களையும் நீலவானையும் நட்சத்திரங்கள் நிறைந்த இரவையும் கண்டு வியந்து இங்கே 25 வயதில் வந்திருக்க வேண்டும் என்று ஆதங்கத்துடன் எழுதியிருக்கிறார் வான்கோ.

ஜப்பானிய ஓவியங்களில் மயங்கி அந்தப் பாணியில் தனது ஓவியங்களை வரைய முற்பட்டிருக்கிறார். அந்தப் பாதிப்பு எப்படி அவரது ஓவியத்தில் வெளிப்பட்டது என்பதைத் தெளிவான சான்றுகளுடன் காட்சிப்படுத்தியிருக்கிறார்கள்.

ஷேக்ஸ்பியரின் தனிமொழி போலவே வான்கோவின் கடிதங்கள் படத்தில் பேசப்படுகின்றன. அந்தக் காட்சிகள் மேடை நாடகம் காணுவது போன்ற அனுபவத்தைத் தருகின்றன.

1890ஜூலை 27ஆம் நாள் தனது 37ஆம் வயதில், தன்னைத்தானே துப்பாக்கியால் சுட்டுக்கொண்டு வான்கோ இறந்தபோது சூரியகாந்திப் பூக்கள் தலைகவிழ்ந்து கொண்டன. கோதுமை வயலில் பறந்த

காகங்கள் தனது குரலை இழந்தன. இருண்ட வானில் ஒளிரும் நட்சத்திரங்கள் மரணம் ஒருபோதும் முடிவில்லை என்று தனக்குத் தானே புலம்பிக் கொண்டன. உலகம் மகத்தான கலைஞனை இழந்தது.

கடைசிக்காட்சியில் வான்கோவின் கல்லறையினையும் அவரது சகோதரன் தியோவின் கல்லறையினையும் காட்டுகிறார்கள்.

வான்கோவாகப் பெனடிக்ட் கம்பெர்பாட்ச் அற்புதமாக நடித்திருக்கிறார். குறிப்பாக உணர்ச்சிகளை வெளிப்படுத்தும் முகபாவமும், உரையாடும் விதமும் அபாரம்.

'நான் எப்போதும் தேடலில் ஈடுபட்டுக் கொண்டேயிருக்கிறேன். எதையாவது கண்டுபிடித்தேன் என்று கூறுவதை விடவும் தேடிக்கொண்டேயிருக்கிறேன் என்பதே சரியாக இருக்கும்' என வான்கோ ஒரு கடிதத்தில் சொல்கிறார்.

வான்கோவின் முடிவில்லாத பயணங்களையும் தீராத்தனிமை கொண்ட துயர வாழ்க்கையினையும் கலையின் வழியே தன்னை உயிர்ப்பித்துக் கொண்ட படைப்பாற்றலையும் ஆவணப்படம் சிறப்பாகவே அடையாளப்படுத்தியிருக்கிறது.

18
காதலின் இருநிலைகள்

பிரெஞ்சு ஓவியர் ஹென்றி ஷெல்சிங்கரின் Girl with dead bird ஓவியத்தில் ஒரு இளம்பெண் தனது மடியில் இறந்து போன பறவை ஒன்றை வைத்திருக்கிறாள். சோகமான அவளது முகம், பிரார்த்தனை செய்வது போலக் கைவிரல்களைக் கோர்த்துள்ள விதம், உதிர்ந்த இலை ஒன்றைப் போல மடியில் கிடக்கும் பறவை, அதுவும் தலைகீழாக உள்ள அதன் தோற்றம், பெண்ணின் சாய்ந்த கழுத்து, பறவையை நோக்கும் கண்கள், சிறிய பறவைக்கூண்டு ஒன்றும் ஓவியத்தில் காணப்படுகிறது.

இறந்த பறவை என்பது காதலின் பிரிவைத்தான் குறிக்கிறதா இல்லை, மரணத்தின் முன்பு செய்வதறியாத அவளது உணர்ச்சிகளை அடையாளப்படுத்துகிறதா

ஹென்றி—குயாம் ஷெல்சிங்கரை (Henry Guillaume Schlesinger) ஓவிய உலகின் கவிஞன் என்கிறார்கள். அது

பொருத்தமான புகழுரை என்பது போல இந்த ஓவியம் வரையப்பட்டிருக்கிறது. கவிதையைப் போல இந்த ஓவியமும் ஒரு காட்சியை மட்டுமே முன்வைக்கிறது. உணர்ச்சிகளைத் துல்லியமாகச் சித்தரிக்கிறது. அந்த மௌனத்தை நாம்தான் புரிந்துகொள்ள வேண்டும்.

எளிய தினசரிக் காட்சி போலத் தோற்றம் தந்தாலும் இது அரியதொரு நிகழ்வின் அடையாளமே. இறந்த பறவை ஒன்றை மடியில் வைத்துக் கொண்டிருப்பது அவளது பரிவுணர்வின் வெளிப்பாடுதானா? வலி மிகவும் ஆழமானது என்பதைத்தான் இந்த ஓவியம் புரிய வைக்கிறதா?

சாலையில் இறந்துகிடக்கும் காகங்களைக் காணும் போது இந்தப் பெண்ணின் உணர்வை நானும்

அடைந்திருக்கிறேன். சாலையில் கிடக்கும்போது இறந்த பறவையின் உடல் விநோதமான பொருளாக மாறிவிடுகிறது. இறந்த பறவை எப்போதும் எதையோ நினைவுபடுத்துகிறது. நிமிஷ நேரம் நம்மைக் குற்றவுணர்வு கொள்ளவும் வைக்கிறது.

பறவைகளைச் சுதந்திரத்தின், காதலின் அடையாளமாகக் கருதுவது மனிதர்கள்தான். பறவைகளின் வாழ்க்கை அவ்வளவு எளிதானதில்லை. பசியும், தீராத அலைதலும் கொண்டது. பறவையின் பாடலும் பறத்தலும் நமக்கு அளிக்கும் மகிழ்ச்சியை, விடுதலை உணர்வை பறவைக்கும் அளிக்குமா என்று தெரியவில்லை.

இந்த ஓவியத்தைப் புரிந்துகொள்வதற்கு இன்னொரு ஓவியத்தின் துணை தேவைப்படுகிறது. அதுவும் ஹென்றி குயாம் ஷெல்சிங்கர் வரைந்ததே. அந்த ஓவியத்தில் ஒரு இளம் பெண். காதல்பறவைகளுடன் இருக்கிறாள்.

அவளது விரலில் பறவை அமர்ந்துள்ள விதம், அதன் ஜோடியின் சிறகடிப்பு, விளையாட்டுக்காட்ட முனைவது

போன்ற அவளது விரலசைவு, சாய்ந்த வசீகரமான கழுத்து, அழகான உடை, சிகை அலங்காரம், அவள் அமர்ந்துள்ள நாற்காலியின் அழகிய கைப்பிடி, காதல் தரும் மகிழ்ச்சியை இந்த ஓவியம் பிரதிபலிக்கிறது என்றால் காதலின் பிரிவு தரும் துயரை இறந்த பறவையை ஏந்திய பெண்ணின் ஓவியம் சித்தரிக்கிறது.

ரஷியாவில் பிறந்த ஹென்றி குயாம் ஷெல்சிங்கர் வியன்னாவின் ஃபைன் ஆர்ட்ஸ் அகாடமியில் படித்தவர். பின்னர் பாரிஸில் தனது கலைக் கல்வியைத் தொடர்ந்திருக்கிறார். 1870இல் பிரெஞ்சு குடியுரிமையைப் பெற்று அங்கேயே தனது கலைப்பணியை ஆற்றியிருக்கிறார்.

சுல்தான் மஹ்மூத் மிமி ஆட்சியின்போது இஸ்தான்புல்லிற்கு அழைக்கப்பட்ட ஹென்றி அஙகே சுல்தானின் குதிரையேற்ற ஓவியம் உட்படப் பல்வேறு சுய உருவப்படங்களை வரைந்து கொடுத்திருக்கிறார். அவை இன்று இஸ்தான்புல்லிலுள்ள டோப்காபி அரண்மனை அருங்காட்சியகத்தில் வைக்கப்பட்டுள்ளன.

பார்த்தல், கேட்டல், தொடுதல், நுகர்தல், சுவைத்தல், உள்ளிட்ட ஐந்து உணர்புலன்களை ஐந்து ஓவியங்களாக வரைந்திருக்கிறார். “தி ஃபைவ் சென்ஸ்” என்ற அவரது ஓவியம் 1865ஆம் ஆண்டு சலோனில் பேரரசி யூஜெனியால் வாங்கப்பட்டிருக்கிறது.

இளம் பெண்களின் உணர்ச்சிகரமான சித்தரிப்புகளுக்காகக் கொண்டாடப்பட்டவர் ஹென்றி. ஆகவே இந்த வரிசையின் தொடர்ச்சி போலவே மகிழ்ச்சி. துயரம் எனப் பறவை ஓவியங்களை வரைந்திருக்கக் கூடுமோ என்று தோன்றுகிறது.

இதே கருப்பொருளை கொண்ட இன்னொரு ஓவியத்தைப் பார்த்திருக்கிறேன். அது 1766இல் Jean-Baptiste Greuze வரைந்த Young Girl Crying Over Her Dead Bird என்ற ஓவியம். இறந்த பறவையை நினைத்து அழும் இளம்பெண் ஓவியம், ஹென்றி ஷெல்சிங்கருக்கு உத்வேகம் அளித்திருக்ககூடும்.

இரண்டு ஓவியங்களிலும் பறவை தலைகீழாகவே உள்ளது. Jean-Baptiste Greuze வரைந்துள்ள பெண் ஒரு

கையால் முகத்தை மூடி தனது சோகத்தையும் ஏக்கத்தையும் நேரடியாக வெளிப்படுத்துகிறாள். துயருற்ற நிலையிலும் அவள் பார்வையாளரைக் கவர்ந்திழுக்கின்றாள். அந்த முகபாவனையின் பின்னணியில் உள்ள ரகசியத்தை நாம் அறிய விரும்புகிறோம்.

பெண்ணின் முகத்தைச் சுற்றியுள்ள ஒளி சோகத்துடன் வெளிப்படுகிறது பெண் வெள்ளை உடை அணிந்துள்ளார். நீலப் பூக்களால் சூழப்பட்டதாக இறந்த பறவை காணப்படுகிறது. இந்த ஓவியத்தினை இளம்பெண்ணின் கைவிடப்பட்ட, இழந்த நம்பிக்கைகளின் அடையாளமாகச் சொல்கிறார்கள்.

இந்தச் சோகத்தின் உண்மையான அர்த்தம் என்ன, அவள் ஒரு பறவையின் இறப்பிற்காகத் தான் வருந்துகிறாளா? அல்லது பறவை என்பது அவளது மகிழ்ச்சியான காதலின், கடந்த காலத்தின், அப்பாவித்தனத்தின் அடையாளமா?

அவள் நேரடியாக அழவில்லை. ஆனால் ஆழமாகக் காயமடைந்திருக்கிறாள்.

பறவையின் மரணம் அவளுக்குச் சில உண்மைகளைப் புரிய வைத்திருக்கிறது. நேசத்திற்குரியவற்றை நாம் இழக்கும் போது என்னவாகிறோம் எனப் பார்வையாளனை யோசிக்க வைக்கிறது.

நம்மால் சரிசெய்ய முடியாத நிகழ்வுகளின்போது நாம் செயலற்றுவிடுகிறோம். மகிழ்ச்சியாகப் பறவையைக் கையில் ஏந்திய பெண்ணும் கைகளைப் பிணைத்துக் கொண்ட பெண்ணும் இருவேறு உணர்ச்சிநிலைகளின் அடையாளங்கள்தான். தோற்றம் வேறாக இருந்தாலும் அவர்கள் காதலின் இருநிலைகளைத்தான் வெளிப்படுத்து கிறார்கள்.

உயிருள்ள பறவை மட்டுமே பாடுகிறது என மக்கள் பொதுவாக நினைக்கிறார்கள். ஆனால் அது உண்மையில்லை. இறந்த பறவையும் பாடுகிறது. அந்தப் பாடலைக் கவிஞர்கள் மட்டுமே கேட்கிறார்கள் என்றொரு கவிதையை அஞ்சன்தேவ் ராய் எழுதியிருக்கிறார். அவர் சொல்வது உண்மையே.

நாம் இந்த ஓவியத்தில் இறந்த பறவையின் பாடலையே கேட்கிறோம். ஹென்றி ஷெல்சிங்கர் அதையே வரைந்திருக்கிறார்.

19
டாவின்சி கலையும் வாழ்வும்

கார்செஸ் லம்பேர்ட் இயக்கிய I, Leonardo 2019இல் வெளியானது. இப்படம் டாவின்சியின் அறிவியல் ஈடுபாட்டினைச் சிறப்பாக வெளிப்படுத்துகிறது. குறிப்பாக, டாவின்சியின் கோட்டுச்சித்திரங்கள் பற்றியும் அவரது ஓவியங்களுக்கு மாடலாக இருந்தவர்கள் யார், அவர்களுடன் டாவின்சிக்கு எத்தகைய உறவு இருந்தது என்பது குறித்தும் விரிவாகப் பதிவு செய்திருக்கிறார்கள்.

மனித உடலின் வடிவத்தையும் அழகினையும் டாவின்சி ஆழ்ந்து ரசித்து வரைந்திருக்கிறார். ஒரு நபரின் உடலமைப்பை உண்மையாகச் சித்தரிக்க, முதலில் ஒரு மனிதனின் தசைகள் மற்றும் எலும்புக்கூடு எவ்வாறு அமைந்துள்ளது, எப்படி ஒன்றாகப் பொருந்துகிறது என்பதைப் புரிந்துகொள்ள வேண்டும் என்கிறார் டாவின்சி. ஆகவே உடலின் இயக்கம் மற்றும் உடற்கட்டுமானம்,

நரம்புகள், எலும்புகளின் இயல்பு பற்றிய அவரது புரிதல் வியப்பளிக்கிறது.

லியனார்டோ டாவின்சி பன்முகத்தன்மை கொண்ட கலைஞராக இருந்தார். தனக்குக் கிடைத்த வாய்ப்புகளைப் பயன்படுத்திப் பணம் ஈட்டுவதை விடவும் கலையின் உன்னத நிலையை அடைவதற்காகவே போராடியிருக்கிறார். டாவின்சி தனது தந்தையைப் பற்றிச் சில குறிப்புகள் எழுதியிருக்கிறார். ஆனால் தாயைப் பற்றி அதிகம் பேசவில்லை. தாய் தனியே வாழ்ந்து வந்தார். ஆகவே அவர் பெரும்பாலும் தனது தந்தையின் குடும்பத்துடன் வளர்ந்ததாகத் தெரிகிறது.

இப்படத்தின் ஒரு காட்சியில் அவர் தனது தாயை நினைவுகூர்கிறார். டாவின்சியின் அம்மா அடித்தட்டு வகுப்பைச் சேர்ந்தவர். தந்தை ஒரு வழக்கறிஞர். டாவின்சி பிறந்தபிறகே அவர்கள் திருமணம் செய்து கொண்டார்கள். திருமணத்திற்கு முன்பு பிறந்த பிள்ளைகளைக் கள்ளக்குழந்தைகளாக அன்றைய சமூகம் கருதியது. ஆகவே அவர் தனது தாயைப் பற்றிப் பொதுவெளியில் அதிகம் பகிரவில்லை.

புளோரன்ஸில் வசித்த ஓவியரும் சிற்பியுமான ஆண்ட்ரியா டெல் வெரோச்சியிடம் டாவின்சி கலைகள் கற்றுக் கொண்ட நாட்களைப் படம் சிறப்பாகக் காட்சிப்படுத்தியுள்ளது. அந்தக் கலைக்கூடத்தில் சேர்ந்த போது அவரது வயது 14. டாவின்சி இடது கைப் பழக்கம் உடையவர்.

பத்து ஆண்டுகள் வெரோச்சியிடம் கலைபயின்றிருக் கிறார். இயற்கையைப் பற்றிய அவரது ஆய்வைப் பதிவு செய்வதற்கான ஒரு கருவியாக வரைதல் இருந்திருக்கிறது. அவரது ஆர்வமும், அறிவுப் பசியும் தொடர்ந்து பல்வேறு துறைகளில் கவனம் கொள்ளச் செய்திருக்கின்றன.

டாவின்சிமீது நம்பிக்கை கொண்டிருந்தபோதும் அவரை வெரோச்சி புரிந்துகொள்ளவில்லை. கடைசி விருந்து ஓவியத்தை வரைவதற்கு முன்பு இதை உலகின் உன்னதமான ஓவியமாக வரைந்து முடித்துவிட்டால் தனது திராட்சை தோட்டத்தைப் பரிசாகத் தருவதாகச் சொன்னார் வெரோச்சி. தன் மனதில் அந்த ஓவியம் முழுமையடையாமல் தன்னால் சுவரில் வரைய முடியாது என்று உறுதியாகச் சொன்னார் டாவின்சி.

வெரோச்சி கலைக்கூடத்தில் பெற்ற பயிற்சிகள்தான் பின்பு அவரை ஒப்பற்ற ஓவியராக ஒளிரச் செய்தது. இந்தத் திரைப்படத்தில் கடைசி விருந்து ஓவியத்தைத் தனது மனதில் டாவின்சி எப்படி உருவாக்கினார் என்பதையும் யூதாஸின் முகத்திற்கான மாடலைத்தேடி அன்றாடம் சந்தையில் சுற்றி அலைந்தார் என்பதையும்

குறிப்பிடுகிறார்கள். ஆயிரக்கணக்கான முகங்களைக் கடந்த பிறகு தனக்கான யூதாஸின் முகத்தினை டாவின்சி கண்டுபிடித்திருக்கிறார்.

தனது சீடர்களில் ஒருவன் தன்னைக் காட்டிக் கொடுப்பான் என்று இயேசு சொன்னதைக் கேட்டுச் சீடர்கள் எப்படி நடந்து கொண்டார்கள் என்பதையே கடைசி விருந்து ஓவியம் சித்தரிக்கிறது. இயேசுவின் சீடர்களின் முகங்கள் மற்றும் அதன் கோணம், உணவு மேஜையில் உள்ள ரொட்டித் துண்டுகள், இயேசுவின் முகபாவம், அவரது சீடர்களுக்குள் உள்ள நெருக்கம் மற்றும் கவலை, திகைப்பு, எனத் துல்லியமாக உணர்ச்சிகளைச் சித்தரித்துள்ளார் டாவின்சி. இதற்கான ஒத்திகையை அவர் தொடர்ந்து மேற்கொள்வதையும் அவரே இயேசுவாக மாறி உணர்ச்சிகளை வெளிப்படுத்துவதையும் படத்தில் காணமுடிகிறது.

டாவின்சியின் அறிவு தீர்க்கமானது. அவர் பறக்கும் இயந்திரங்கள், ஒரு வகைக் கவசப் போர் வாகனம், சூரிய சக்தி இயந்திரம் எனப் பல்வேறு புதிய கண்டுபிடிப்புகளை வரைந்திருக்கிறார். இது போலவே உடற்கூறுயியல், சிவில் இன்ஜினியரிங், புவியியல், ஒளியியல் மற்றும் கட்டிடக்கலையில் பல்வேறு கண்டுபிடிப்புகளை உருவாக்கியிருக்கிறார்.

படத்தின் ஒரு காட்சியில் அழகு குறித்த தனது பார்வையை டாவின்சி வெளிப்படுத்துகிறார். குறிப்பிட்ட

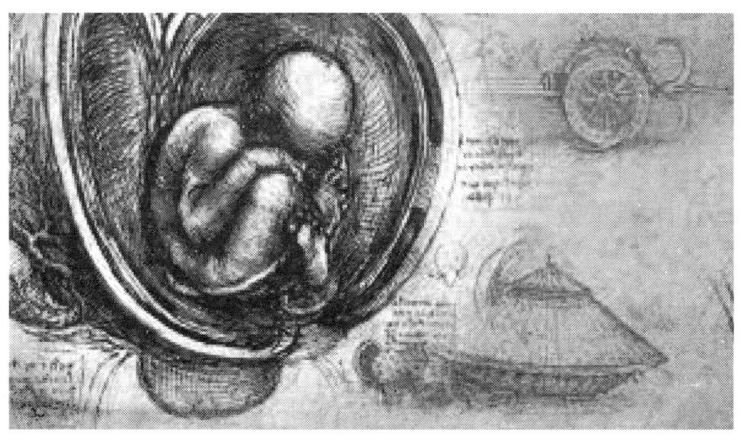

கோணம் அழகை முழுமையாக்குகிறது என்று சொல்கிறார். அதைக் கேட்ட இளம் பெண் காலத்தால் அழகும் காதலும் அழிக்கப்பட்டுவிடும் என்கிறாள். அதற்குச் சிரித்தபடியே கலை அழகை நிரந்தரமாக்கிவிடும் என்று சொல்கிறார் டாவின்சி. அவர் அழகு எனச் சொல்வது புற அழகினை மட்டுமில்லை, உலகம் அருவெறுப்பு கொண்டு ஒதுக்குகிற விஷயங்களில் அவர் அழகினைக் கண்டார். உடலின் தசைகளையும் நரம்புகளையும் அழகின் வடிவமாகக் கருதினார்.

இளமை மற்றும் முதுமை, அழகு மற்றும் அசிங்கத்திற்கு இடையிலான வேறுபாடுகளை அவரைப் போல ஆராய்ந்தவரில்லை. ஒரே உடலில் துயரமும் மகிழ்ச்சியும் இரு தலைகள் கொண்டிருப்பதாக ஒரு ஓவியத்தை வரைந்திருக்கிறார். அந்தப் புரிதல் முக்கியமானது. கர்ப்பத்திலுள்ள சிசுவின் தோற்றம் மற்றும் இயக்கங்களை அவர் வரைந்துள்ள விதம் பிரமிக்க வைக்கிறது.

லியனார்டோ டாவின்சியின் வாழ்க்கை மற்றும் ஓவியங்கள் குறித்து ஆழ்ந்த புரிதல் கொண்டவர் கலைவிமர்சகர் கென்னத் கிளார்க். டாவின்சியின் ஓவியங்களை ஆராய்வதிலே தனது வாழ்க்கையைக் கழித்திருக்கிறார். டாவின்சி பற்றி விரிவான புத்தகம் ஒன்றையும் எழுதியிருக்கிறார். டாவின்சியின் புகழ்பெற்ற ஓவியங்கள் குறித்த கென்னத் கிளார்க்கின் பார்வைகள்

முக்கியமானவை. கலைஞர்களின் குறிக்கோள் வெளிப்புறத் தோற்றத்தை வரைவது மட்டுமல்ல, அவர்களின் உள் எண்ணங்களையும் வெளிப்படுத்த வேண்டும். அதை டாவின்சி சிறப்பாகச் செய்திருக்கிறார் என்கிறார் கென்னத் கிளார்க்.

லியனார்டோவின் பல உருவப்படங்களில், ஒரு நிறம் எந்த இடத்தில் முடிவடைகிறது, மற்றொன்று எந்தப் புள்ளியில் தொடங்குகிறது என்று சொல்வது சாத்தியமற்றது. இந்தக் காரணத்திற்காக, லியனார்டோ "தெளிவற்ற" முகபாவனையை உருவாக்கினார். தெளிவற்ற வெளிப்பாடுகளில் ஒரு நிலையான தோற்றமயக்கம் ஏற்படுகிறது. இந்த நோக்கத்திற்காக "ஸ்ஃபுமாடோ" (புகை போல மறைந்து போவதற்கான இத்தாலிய வார்த்தை) நுட்பத்தை உருவாக்கினார். இந்த நுட்பம் லியனார்டோவால் கண்டுபிடிக்கப்படவில்லை, ஆனால் அதை அவர் சரியாகப் பயன்படுத்தினார், மேம்படுத்தினார் என்பதே நிஜம்.

மிலனில் உள்ள சாண்டா மரியா டெல்லே கிரேசியின் சுவரில் கடைசி விருந்து ஓவியத்தை டாவின்சி

வரைந்திருக்கிறார் லியனார்டோ. இந்த ஓவியம் மனதின் இயக்கங்களைக் காட்சியாக சித்தரிக்கிறது. மேசையின் எதிர் பக்கத்தில் வரையப்பட்ட யூதாஸ், மற்ற அப்போஸ்தலர்களிடமிருந்து அவரது நிழல் முகத்தால் தனித்துத் தெரிகிறார்.

கட்டிடக் கலைக்காக உருவாக்கப்பட்ட கோல்டன் ரேஷியோ எனப்படும் கோட்பாட்டினைத் தனது ஓவியங்களில் டாவின்சி பயன்படுத்தியிருக்கிறார். லியனார்டோ சரியான கண்ணோட்டத்துடன் காட்சிகளை வரைவதற்கு உதவும் ஒரு இயந்திரத்தைக் கண்டுபிடித்தார். இந்த இயந்திரம் பெர்ஸ்பெக்டோகிராஃப் என்று அழைக்கப்பட்டது, கேமிராவின் முன்னோடி என இதைச் சொல்லலாம். லியனார்டோ தான் ஓவியம் வரைய விரும்பிய காட்சியின் முன் கண்ணாடிக்கருவியை வைத்து அதன் துளை வழியாகப் பார்த்து, காட்சியின் வெளிப்புறத்தைக் கண்ணாடித் துண்டில் வரைவது வழக்கம். இப்படத்தில் அந்தக் காட்சி இடம்பெற்றுள்ளது.

லியனார்டோ டாவின்சி தண்ணீரை "இயற்கையின் வாகனம்" என்று அழைக்கிறார். நமது உடலுக்கு ரத்தம் எப்படி ஆதாரமாக இருக்கிறதோ அது போலவே உலகிற்குத் தண்ணீர் ஆதாரமாக இருக்கிறது. ஆகவே லியனார்டோவின் பல ஓவியங்கள் தண்ணீரைக் கொண்டிருக்கின்றன. இப்படத்தின் ஒரு காட்சியில் அடுப்பில் தண்ணீர் சூடாகிக் கொதித்துக் கொண்டிருக்கிறது. தண்ணீரை ஒடுக்குவதற்காக நெருப்பு அதனைச் சூடேற்றுகிறது எனக் கதை போல டாவின்சி சொல்கிறார். முடிவில் தண்ணீர் பொங்கி வழிந்து நெருப்பை அணைத்துவிடுகிறது. அதைக்கண்டு உற்சாகமாகி தண்ணீர்தான் எப்போதும் வெல்கிறது என்கிறார் டாவின்சி.

அவர் திரவ இயக்கவியலைப் புரிந்துகொள்ள விரும்பினார்: நீர் செல்லும் வழி, ஓட்டம், வேகம், வெள்ள மேலாண்மை மற்றும் சுழல்கள் குறித்து ஆராய்ந்திருக்கிறார். நீர்பொறிகளை உருவாக்கியிருக்கிறார். அதன்வழியே நவீன நீர் பொறியியல் துறைக்குப் பல பங்களிப்புகளைச் செய்துள்ளார். தண்ணீரில் நடக்கத் தனித்துவமான காலணிகளைக் கூட உருவாக்கினார். அந்த முயற்சி வெற்றிபெறவில்லை.

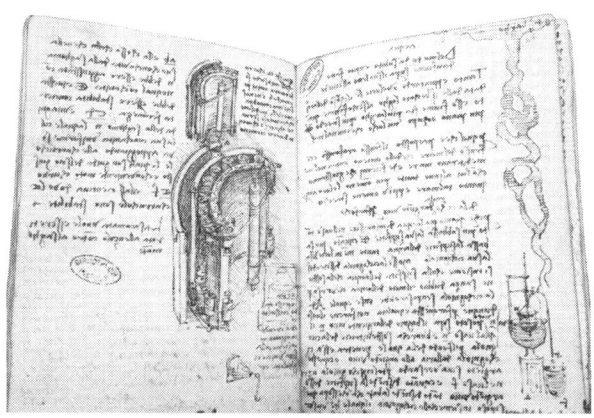

ஜியான் கியாகோமோ கப்ரோட்டி எனும் பத்து வயது சிறுவன் டாவின்சியின் கலைக்கூடத்தில் உதவியாளராக வந்து சேர்ந்தான். அவனைத் தனது மாடலாக வைத்து ஓவியங்கள் வரைந்திருக்கிறார். டாவின்சியின் கலைக்கூடத்திலிருந்த சில்லறைக்காசுகளை அவன் திருடிச் சென்றுவிடுவது வழக்கம். ஆனாலும் அவனது தோற்றம் மற்றும் முகபாவத்திற்காகப் பல காலம் தனது உதவியாளராக வைத்திருந்தார். சலாய் என்று அவனை அன்போடு அழைத்தார். Saint John The Baptist ஓவியத்திற்கான மாடலாக இருந்தது சலாய்தான். டாவின்சி அவனது தோற்றத்தை மட்டுமின்றி ஆன்மாவையும் தனது ஓவியத்தில் சிறப்பாக வரைந்திருக்கிறார். படத்தில் இந்தக் காட்சியை வரையும்போது அவன் விளையாட்டுத்தனமாக நடந்து கொள்கிறான். டாவின்சி அவனைக் கோபிப்பதில்லை. மாறாக, அவனுக்குத் தான் எதை வரைகிறேன் என்று புரியவைக்கிறார்.

இப்படத்தில் டாவின்சியின் பன்முகத்தன்மை முழுமையாக வெளிப்படுத்தப்பட்டுள்ளது. நிலையற்ற, மாறும் மன நிலைகள், எண்ணங்கள் மற்றும் உணர்ச்சிகளை டாவின்சி ஆராயும் விதம் படத்தின் தனிச்சிறப்பு என்பேன். தேர்ந்த ஒளிப்பதிவு மற்றும் அரங்க அமைப்புகள் படத்திற்குக் கூடுதல் அழகு தருகின்றன. ஒரே குறை, டாவின்சியாக நடித்தவர் செயற்கையாக உணர்ச்சிகளை வெளிப்படுத்துகிறார் என்பதே.

❖❖❖

20

அம்பு துளைக்கப்பட்ட மான்

புகழ்பெற்ற ஓவியரான ஃபிரைடா காலோ வாழ்க்கையை விவரிக்கும் புதிய ஆவணப்படம் வெளியாகியுள்ளது. ஃபிரைடாவின் டையரி மற்றும் கடிதங்களைப் பயன்படுத்தி இப்படம் உருவாக்கப்பட்டுள்ளது. குறிப்பாக, ஃபிரைடாவின் ஓவியங்கள் திரையில் உயிர்பெற்று இயங்குவது அழகானது. அனிமேஷன் மற்றும் ஆவணக்காட்சிகள் மூலம் ஃபிரைடா வாழ்க்கையின் முக்கிய நிகழ்வுகள் சித்தரிக்கப்படுகின்றன.

இதற்கு முன்னதாக சல்மா ஹாயக் நடித்த ஃபிரைடா திரைப்படம் 2002ஆம் ஆண்டு ஜூலி டெய்மரால் இயக்கப்பட்டு வெளியாகி மிகுந்த வரவேற்பைப் பெற்றிருக்கிறது. இந்த ஆவணப் படம் அதிலிருந்து நிறைய வேறுபடுகிறது.

குறிப்பாக, ஃபிரைடாவின் குடும்ப வரலாறு, பள்ளி நினைவுகள், அப்பா புகைப்படக்கலைஞராக இருந்தது, ஃபிரைடாவின் ஓவியத்தில் தந்தையின் நினைவுகள் வெளிப்படுவது போன்றவை சிறப்பாகக் காட்சிப்படுத்தியிருக்கிறார்கள்.

ஃபிரைடாவின் கணவரும் புகழ்பெற்ற ஓவியருமான ரிவேராவை சந்தித்துக் காதல் கொண்ட நாட்கள், அவர்களின் திருமணம், ஓவியக்கண்காட்சிக்காக 1931ஆம் ஆண்டு மேற்கொண்ட முதல் அமெரிக்கப் பயணம், நியூயார்க்கில் நடைபெற்ற ஓவியக்கண்காட்சி, அதற்குக் கிடைத்த வரவேற்பு, பிரம்மாண்டமான விருந்து நிகழ்ச்சி போன்றவற்றையும் நேர்த்தியாகக் காட்சிப்படுத்தியிருக்கிறார்கள்.

பழங்குடியினரான ஜாபோடெக் மக்களின் தெஹுவானா ஆடைகளை ஃபிரைடா தனது அன்றாட உடையாக ஏற்றுக்கொண்டார். அந்த உடையும் அவரது அணிந்துள்ள ஆபரணங்களும் வானுலகின் தேவதையைப் போன்ற தோற்றத்தை உருவாக்குகிறது.

அமெரிக்காவிலிருந்த நாட்களில் ஃபிரைடா கர்ப்பமாகியிருந்தார். அந்தக் கரு கலைந்துபோன துயரத்தைப் படத்தில் பகிர்ந்து கொள்கிறார். சாலையோரம் அமர்ந்து ஓவியம் வரைவது, ரிவேரா ஃபிரைடாவை

மணவிலக்குச் செய்து விட்டு அவளது தங்கையைக் காதலித்து அவளுடன் வாழ ஆரம்பித்தார். அதை ஃபிரைடா ஏற்றுக் கொள்ள முடியாமல் போனதைப் படம் உணர்ச்சிப்பூர்வமாகச் சித்தரித்துள்ளது.

சர்ரியலிஸ்டுகளின் நட்பு, அவர்கள் நடத்திய கண்காட்சியில் கலந்துகொண்ட நினைவுகளைப் படத்தில் ஃபிரைடா விரிவாகப் பகிர்ந்து கொள்கிறார். சாலை விபத்தில் பாதிக்கப்பட்டு முதுகெலும்பு முறிந்த நிலையில் படுத்துக் கிடந்த அவரது நாட்கள், அப்போது அனுபவித்த உச்சபட்ச வேதனை, அவற்றைத் தனது ஓவியங்களில் கனவு நிலைப்பட்டது போல ஃபிரைடா வரைந்திருக்கிறார். தனது இருப்பை இரு நிலைகளில் இரண்டு பெண்ணாக வரைந்திருக்கிறார் ஃபிரைடா. அவரது ஓவியத்தில் இடம்பெற்றுள்ள குரங்கும் கிளிகளும் ஆசையின் அடையாளமாக இருக்கின்றன.

ஃபிரைடாவைப் பற்றிய அவரது கலையைப் புரிந்துகொள்ள, புரட்சிக்குப் பிந்தைய மெக்சிகோவின் வரலாற்றை அறிந்து கொண்டிருக்க வேண்டும். அவர் மெக்சிகோ புரட்சி தொடங்குவதற்கு மூன்று ஆண்டுகளுக்கு முன்பு பிறந்தவர். புதிய அரசாங்கம் கலைகளின் மூலம் தனக்கான தேசிய அடையாளத்தை உருவாக்க முயன்ற காலத்தில் அதன் முக்கியப் படைப்பாளியாக இருந்தவர் ரிவேரா. அதுவே அவர்மீது ஃபிரைடா காதல்கொள்ள முக்கியக் காரணியாக இருந்தது

ஃபிரைடாவின் தனிமையே அவரை ஓவியராக்கியது. பிரிவும் ஏமாற்றமும் வலியும் ஒன்றுசேர்ந்து அவரை

முடக்கியபோது தனது கலைப்படைப்பின் வழியே அவர் தனக்கான மீட்சியை உருவாக்கிக் கொண்டார்.

ரிவேராவின் நிழலில் வாழ்ந்த வருடங்களில் அவர் தனது கலைத்திறனை முழுமையாக வெளிப்படுத்தவில்லை. பின்பு ஒரு சுயாதீனக் கலைஞராக வெளிப்பட்டு, 1938இல் நியூயார்க்கில் தனது தனிக் கண்காட்சியை வைத்தபின்பே முழுமையான ஓவியராக அறியப்பட்டார்.

ஃபிரைடாவை பற்றிப் புதிய தகவல்கள், உண்மைகளை அவரது சொற்களின் மூலம் அறிந்துகொள்ள வைக்கிறது இந்த ஆவணப்படம். அனிமேஷன் மூலம் ஓவியம் வரையும் காட்சிகளை உருவாக்கி, நேர்த்தியான இசையோடு அதைக் காட்சிப்படுத்தியிருப்பது ஆவணப்படத்திற்குப் புதிய முகத்தை உருவாக்கியுள்ளது.

ஆவணப்படத்தின் முடிவில், இயக்குநர் ஃபிரைடா மரணத்தை ஒரு உருவகமாக மாற்றுகிறார். அவரது மிகவும் பிரபலமான ஓவியங்களில் ஒன்றான The Wounded Deer ஓவியத்திலிருப்பது போல, ஒன்பது அம்புகளால் துளைக்கப்பட்ட மானின் உடலாக ஃபிரைடா காட்சியளிக்கிறார்.

ஃபிரைடாவின் வாழ்க்கை அனுபவங்களுக்கும் அவரது ஓவியங்களின் வளர்ச்சிக்கும் இடையே உள்ள தொடர்பை இந்த ஆவணப்படம் சிறப்பாகப் புரியவைக்கிறது. அவ்வகையில் இப்படம் சிறந்த கலைப்படைப்பாக மாறுகிறது.

21
பிரிவின் மஞ்சள் நிறம்

ஆயில் பெயிண்டிங் அனிமேஷன் முறையில் உருவாக்கப்பட்ட திரைப்படம் THE PEASANTS. இந்தப் படத்திற்காக 40,000 கையால் வரையப்பட்ட எண்ணெய் ஓவியங்களை உருவாக்கியிருக்கிறார்கள்.

நோபல் பரிசுபெற்ற எழுத்தாளரான வ்ளாடிஸ்லா ரெய்மாண்ட் (Władysław Reymont) நாவலை மையமாகக் கொண்டு படம் உருவாக்கப்பட்டிருக்கிறது. படத்தின் இயக்குநர் ஹக் வெல்ச்மேன், ஓவிய மேற்பார்வையாளர் பிஸ்கொர்கா பெட்ரோவிச்.

ஓவியர் வின்சென்ட் வான்கோவின் வாழ்க்கையைப் பற்றிய Loving Vincent திரைப்படத்தை இயக்கியவர் ஹக் வெல்ச்மேன். அதைவிடவும் சிறப்பாக இப்படத்தினை உருவாக்கியுள்ளார்.

நடிகர்களைக் கொண்டு காட்சிகளை நேரடியாகப் படமாக்கப்பட்ட பின்பு அதே பிரேம்களைத் தனித்தனி ஓவியமாக வரைவதே ஆயில் பெயிண்டிங் அனிமேஷனாகும். ஒரு பிரேமினை வரைவதற்குக் குறைந்தது 5 மணி நேரமாகும்.

போலந்து, செர்பியா, லிதுவேனியா மற்றும் உக்ரைனில் உள்ள நான்கு அனிமேஷன் ஸ்டுடியோக்களில் ஏறக்குறைய 100 ஓவிய அனிமேட்டர்கள் இதில் பணியாற்றியிருக்கிறார்கள்.

கொரோனா மற்றும் உக்ரேன் போர் காரணமாக நிறையப் பிரச்சனைகளைச் சந்தித்திருக்கிறார்கள். ஆயினும் இடைவிடாத உழைப்பின் காரணமாகச் சிறந்த கலைப்படைப்பை உருவாக்கியிருக்கிறார்கள்.

படம் நான்கு பருவகாலங்களைக் கொண்டிருக்கிறது. அதற்கு ஏற்ற வண்ணங்கள், காட்சிக் கோணங்கள், உடைகள் மற்றும் இயற்கைக் காட்சிகள் மாறுகின்றன. போலந்தின் புகழ்பெற்ற நிலக்காட்சி ஓவியங்களை முன்மாதிரியாகக் கொண்டு படத்தின் காட்சிகளை வரைந்திருக்கிறார்கள். திரையில் புகழ்பெற்ற ஓவியங்கள் உயிர்பெற்று இயங்குவதைக் காணுவது பரவசமளிக்கிறது.

போலந்து கிராமமான லிப்ஸில் கதை நிகழ்கிறது. ஜக்னா என்ற இளம்பெண்மீது இருவர் ஆசைப்படுகிறார்கள். ஆன்டெக் என்ற திருமணமான விவசாயியை ஜக்னா காதலிக்கிறாள். கிராமத்தின் பணக்கார விவசாயியான

ஆன்டெக்கின் தந்தை போரினா அவளை அடைய விரும்புகிறார். இதற்காக ஜக்னாவிற்கு மூன்று ஏக்கர் நிலம் பரிசாக அளிப்பதாக அவளது அம்மாவிடம் வாக்குறுதி அளிக்கிறார்.

ஜக்னாவிற்கு விருப்பம் இல்லாதபோதும் அம்மாவின் கட்டாயத்தால் திருமணம் நடைபெறுகிறது. இதனை விரும்பாத ஆன்டெக் தந்தையோடு சண்டையிடுகிறான். அவனை வீட்டைவிட்டுத் துரத்திவிடுகிறார் தந்தை.

திருமணத்திற்குப் பிறகும் ஆன்டெக்மீதான காதலை ஜக்னா தொடருகிறாள். போரினா இதனைக் கண்டிக்கிறார். ஆயினும் ரகசியமாக அவர்களின் உறவு தொடருகிறது.

இந்த நிலையில் மரம்வெட்டுவதில் ஏற்படும் பிரச்சனையின்போது போரினா வெளியாட்களால் தாக்கப்படுகிறார். அவரை ஆன்டெக் காப்பாற்றுகிறான். இந்தச் சண்டையில் தந்தையைத் தாக்க முயன்றவனை ஆன்டெக் கொன்றுவிடுகிறான். அவனைக் கைது செய்து சிறையில் அடைக்கிறார்கள்.

காயம்பட்ட போரினா படுக்கையில் நாட்களைக் கழிக்கிறார். அவர் தனது சொத்து முழுவதையும் மகளுக்கு அளித்துவிட்டு ஜக்னாவை வீட்டைவிட்டுத் துரத்திவிடுகிறார். ஆன்டெக் சிறையிலிருந்து திரும்பி வருகிறான். ஜக்னாவோடு ஒன்று சேருகிறான். ஆனால் ஊர்மக்கள் அதை விரும்பவில்லை. ஜக்னாவை

ஊரைவிட்டுத் துரத்த முடிவு செய்கிறார்கள். இதன் தொடர்ச்சியான நிகழ்வுகளே படத்தின் கடைசிப்பகுதி.

ஜக்னாவைச் சுற்றியே கதை நடக்கிறது. போலந்து கிராமங்களின் பேரழகான இயற்கைக் காட்சிகளும், விவசாயக் குடும்பங்களின் வாழ்க்கை, சடங்குகள், விழாக்களைச் சிறப்பாகக் காட்சிப்படுத்தியிருக்கிறார்கள்.

குறிப்பாக, ஜக்னாவின் திருமணத்தின்போது நடைபெறும் நடனக்காட்சி அபாரம். அது போலவே மதுவிடுதியில் ஆன்டெக்கோடு ஜக்னா நடனமாடும் காட்சி. அறுவடை நடப்பது, பனிக்காலத்தின் வருகை, ஜக்னா செய்யும் காகிதப்பறவைகள், ஆன்டெக்கின் மனைவி பசித்த தனது குழந்தைகள் பற்றிப் பேசுவது, குளிர்காலப் புயல் வருவது போல அழகான, மறக்க முடியாத காட்சிகள் உள்ளன.

போலந்து ஓவியர் ஜோசப் மரியன் செலோமோன்ஸ்கி, ஜீன்—பிரான்காயிஸ் மில்லட் மற்றும் பிரெஞ்சு இயற்கை ஓவியர் Jules Breton வரைந்த ஓவியங்களை அப்படியே திரையில் மறு உருவாக்கம் செய்திருக்கிறார்கள். குறிப்பாக பிரெட்டனின் காலிங் இன் தி க்ளீனர்ஸ் ஓவியம் திரையில் உயிர்பெற்று விரிவது அபாரமானது.

பருவ காலம் மாறுவது படத்தில் மிகவும் அழகாக உருவாக்கப்பட்டிருக்கிறது. குறிப்பாக, கோடையின் வருகை, அதன் மஞ்சள் வண்ணம், காட்சிக்கோணங்கள்

மாறுவது சிறப்பாக உள்ளது. இது போன்ற ஆயில்பெண்டிங் அனிமேஷன் உருவாக்கத்தில் குளோசப் காட்சிகளைத் துல்லியமாக, வெகு கவனமாக வரைய வேண்டும். படத்தில் இதனைச் சிறப்பாகச் செய்திருக்கிறார்கள்.

மிகப்பெரிய பொருட்செலவில் உருவாக்கப்பட்ட THE PEASANTS. முற்றிலும் புதிய அனுபவத்தைத் தருகிறது. சினிமாவின் எதிர்காலம் எப்படியிருக்கும் என்பதற்கான சாட்சியமாக உள்ளது.

ஜக்னாவின் அம்மா ஒரு காட்சியில் மகளிடம் சொல்கிறார்:

"காதல் சில காலத்தின் பின்பு மறைந்துவிடும். ஆனால் நிலம் அப்படியில்லை. அது என்றைக்கும் அப்படியே இருக்கும்"

இது போலவே ஜக்னாவைக் காதலிக்கும் ஆன்டெக் அவளைப் புனித நிலம் என்றே அழைக்கிறான்.

ஒரு காட்சியில் அவர்கள் வைக்கோலுக்குள் ஒளிந்து கொண்டு காதலிக்கிறார்கள். அதை அறிந்த போரினா வைக்கோற்போருக்குத் தீயிட்டுக் கொளுத்துகிறார். சுற்றிலும் எரியும் நெருப்பை மறந்து காதலர்கள் இன்பம் அனுபவிக்கிறார்கள். ஜக்னாவின் வண்ணமாகச் சிவப்பு நிறத்தைத் தேர்வு செய்துள்ளது தனிச்சிறப்பு.

படத்தைக் காணும்போது தாமஸ் ஹார்டி எழுதிய Tess of the d'Urbervilles நாவல் நினைவிற்கு வந்தது. இதே போன்ற கதைக்களன் கொண்ட நாவலது. 1979இல் ரோமன் போலன்ஸ்கி அதைச் சிறப்பான திரைப்படமாக உருவாக்கியிருக்கிறார்.

1924ஆம் ஆண்டு இலக்கியத்திற்கான நோபல் பரிசு பெற்றவர் வளாடிஸ்லா ரெய்மாண்ட். The peasants என்ற அவரது நாவல் நான்கு தொகுதிகளுடன் ஆயிரம் பக்கங்கள் கொண்டது. நூறு ஆண்டுகளுக்குப் பிறகு அந்த நாவல் திரை உருவாக்கம் செய்யப்பட்டிருக்கிறது.

✦✦✦

22
மழையின் கறுப்புக் கோடுகள்

மாங்கா என்பது ஜப்பானின் புகழ்பெற்ற சித்திரக்கதை வடிவம். வயது வாரியாக மாங்கா வெளியிடப்படுகிறது. புகழ்பெற்ற மாங்கா நூல்கள் லட்சக்கணக்கில் விற்பனையாகின்றன.

ஏன் ஜப்பானியர்கள் சித்திரங்களுடன் படிக்க விரும்புகிறார்கள்? அது அவர்களின் பண்பாடு. வாசிப்பின் பிரதான முறை.

படக்கதை என்பதை ஆரம்ப வாசிப்பு என்றே இந்தியாவில் நினைக்கிறார்கள். அதனால் பெரியவர்கள் காமிக்ஸ் படிப்பதை ஒவ்வாத விஷயமாக நினைக்கிறார்கள். ஆனால் இப்போது படக்கதை என்பது தனி வகைமையாக உருக்கொண்டதோடு அதற்கான பெரிய சந்தையும் உருவாகியுள்ளது.

ஜப்பானில் மாங்கா வரைவதற்கும் எழுதுவதற்கும் பயிற்சிப் பள்ளிகள் இருக்கின்றன. அவற்றில் படித்து வெளியே வரும் இளைஞர்கள் புதிய கருப்பொருளில் புதிய டிஜிட்டல் முறையில் ஓவியம் வரைகிறார்கள்.

ஜப்பானிய அனிம் மற்றும் மாங்கா உலக அளவில் தனிக்கவனம் பெற்றுள்ளது. ஹாலிவுட் அனிமேஷன் படங்களுடன் ஒப்பிடும்போது ஜப்பானிய அனிம் பல மடங்கு சிறப்பானது. ஹயாவோ மியாசாகிக்கு இணையாக ஹாலிவுட்டில் ஒருவரும் இல்லை.

ஜப்பான் தவிர பிற நாடுகளில் மாங்கா அவ்வளவு புகழ்பெறவில்லை. ஆனால் இதற்கு இணையாக பிரிட்டன், பிரான்ஸ் மற்றும் அமெரிக்காவில் கிராபிக் நாவல் மற்றும் காமிக்ஸ் புத்தகங்கள் வெளியாகின்றன. கொண்டாடப்படுகின்றன.

காமிக்ஸ் அல்லது மாங்கா போன்றவை சிறார்களுக்கானது என்ற எண்ணம் இன்று மாறி வருகிறது. நீங்கள் எதைப்பற்றிப் படிக்கவிரும்பினாலும் அதன் சித்திர வடிவம் நூலாகக் கிடைக்கிறது.

ரகசியமாக ஒளித்து வைத்துப் படிக்கப்பட்ட பாலின்பக் கதைகள்கூடத் தனிவகை மாங்காவாக ஜப்பானில் வெளியிடப்படுகின்றன.

பெரியவர்களுக்கான GEKIGA மாங்கா வடிவத்தை உருவாக்கிய யோஷிஹிரோ தட்சுமியினைப் பற்றிய Tatsumi திரைப்படத்தைச் சிங்கப்பூரைச் சேர்ந்த இயக்குநர் எரிக் கூ உருவாக்கியுள்ளார்.

மாங்கா ஸ்டைலிலே முழுப்படத்தை உருவாக்கியுள்ளது சிறப்பு. திரையில் கோடுகள் உயிர்பெற்று அசைகின்றன. செபியா வண்ணம் கடந்தகாலத்தை நிஜமாக்குகின்றன.

ஒவ்வொரு கதையும் ஒருவண்ணத்தில் உருவாக்கப் பட்டிருக்கிறது. அன்றைய அச்சுமுறை, மாங்காவின் வண்ணத்தேர்வுகளை மனதில்கொண்டே இதை உருவாக்கியிருக்கிறார்கள்.

வான்கோவிடம் காணப்படும் உன்மத்தம் போலவே தட்சுமியிடமும் பித்து நிலை காணப்படுகிறது. அவரது கோடுகள் தனது கோபத்தையும் விரக்தியையும் தவிப்பையும் வெளிப்படுத்துகின்றன. பரவும் நெருப்பெனக் கோடுகள் அலைபாய்கின்றன.

தட்சுமி புகழ்பெற்ற ஓவியரான ஒசாமு தெசூகாவின் தீவிர வாசகர். தெசூகாவின் பாதிப்பில்தான் ஓவியம் வரையத் துவங்கியிருக்கிறார்.

தட்சுமி ஒரு முறை ஒசாமு தெசூகாவை அவரது வீட்டில் சந்தித்து உரையாடியிருக்கிறார். அந்த மறக்க முடியாத நிகழ்ச்சி படத்திலும் இடம்பெற்றுள்ளது.

தட்சுமியின் வாழ்க்கையினையும் அவர் எழுதிய ஐந்து சிறுகதைகளையும் இணைத்து உருவாக்கப்பட்டதே இப்படம்.இப்படத்தின் ஆதாரநூல் A Drifting Life என்ற அவரது மாங்கா.

ஒசாமு தெசூகாவின் இறுதி ஊர்வலத்துடன் படம் தொடங்குகிறது. இனி மாங்காவின் எதிர்காலம் என்னவாகும் என்ற கேள்வியைப் படம் எழுப்பி அதற்கான விடையாகத் தட்சுமியை முன்வைக்கிறது.

தட்சுமி இரண்டாம் உலகப் போர் சூழலில் வளர்ந்தவர். அன்றைய ஜப்பானில் கடுமையான உணவுக்கட்டுப்பாடு மற்றும் நெருக்கடி நிலை இருந்தது. ஹிரோஷிமாவில் அமெரிக்கா அணுகுண்டு வீசியதால் ஏற்படுத்திய பாதிப்பு ஜப்பானை உலுக்கியது. அதன் தாக்கத்தைத் தட்சுமியின் படைப்புகளில் காண முடிகிறது.

படத்தின் முதல்கதை Hell ஒரு புகைப்படக் கலைஞரைப் பற்றியது. அவர் ஹிரோஷிமாவில் அணுகுண்டு வீசப்பட்ட நாளில் இறந்துகிடப்பவர்களையும் இடிபாடுகளையும் புகைப்படங்கள் எடுக்கிறார்.

ஒரு வீட்டில் அம்மாவிற்கு மகன் முதுகு பிடித்துவிட்டுக் கொண்டிருக்கிறான். அந்த நேரம் அணுகுண்டு வீசப்பட்டதால் அவர்கள் உருவம் அப்படியே நிழலோவியம் போலச் சுவரில் பதிந்து போகிறது. இருவரும் கரிக்கட்டைகளாக எரிந்து கிடக்கிறார்கள்.

துயர நிகழ்வின் சாட்சியம் போன்ற நிழலோவியத்தைப் புகைப்படம் எடுக்கிறான். நீண்ட காலம் அந்தப் புகைப்படத்தை வெளியிடாமல் பாதுகாத்து வருகிறான். பின்பு தனது வறுமையின் காரணமாக அதைப் பதிப்பாளர் ஒருவரிடம் விற்றுவிடுகிறான்.

புகைப்படம் வெளியாகி ஜப்பானில் பரபரப்பை ஏற்படுத்துகிறது. அந்தத் தாயும் மகனும் யார் என்ற உண்மையைக் கண்டறிந்து வெளியிடுகிறார்கள். அவர்களுக்கு நினைவுச்சின்னம் உருவாக்கப்படுகிறது.

இந்த நிலையில் இறந்து போனதாகக் கருதப்படும் மகன் ஒரு நாள் உயிரோடு வருகிறான். அவன் யாரும் எதிர்பாராத புதிய கதையைச் சொல்கிறான். அந்த அதிர்ச்சி புகைப்படக்கலைஞனை உறையச் செய்துவிடுகிறது.

ஐந்து கதைகளில் ஓய்வு பெறப்போகும் நாளில் தனக்கு விருப்பமான பெண்ணுடன் இரவைக் கழிக்க முற்படும் வயதானவர் பற்றிய கதை எனக்கு மிகவும் பிடித்திருந்தது.

அவரை இச்சை கொள்ள வைப்பது, இளமையாக உணர வைப்பது கைவிடப்பட்ட பீரங்கி. அதைக் கண்டே அவர் தனது இளமையை உணருகிறார். எந்தப் பெண்ணுடன் இரவைக் கழிக்க ஆசைப்பட்டாரோ அவளுடன் இரவைக் கழிக்கிறார். ஆனால் அந்தப் பீரங்கி எதன் குறியீடு என்ற உண்மையை அதன்பிறகு அறிந்து கொள்கிறார்.

இது போல இன்னொரு கதையில் தொழிற்சாலையில் வேலை செய்யும் ஒருவன் ஒரு குரங்கை வளர்க்கிறான். அந்தக் குரங்கு அவனது மனசாட்சியைப் போல அறையில் நடப்பவற்றைப் பார்த்துக் கொண்டேயிருக்கிறது. சுவரில் வரையப்பட்ட பெண் சித்திரத்துடன் பேசிக் கொண்டு இசை கேட்டுக் கொண்டு தனியாக வசிக்கிறான். ஆயினும் அவனால் தனிமையைத் தாங்கிக் கொள்ள முடியவில்லை.

தொழிற்சாலையில் நடந்த ஒரு விபத்தில் அவனது ஒரு கை துண்டிக்கப்படுகிறது. இதனால் வேலை பறிபோகிறது. கையில்லாதவனுக்குப் புதிய வேலை கிடைக்கவில்லை. முடிவில் அவன் தான் வளர்த்த குரங்கை மிருகக் காட்சி

சாலை ஒன்றில் கொண்டுபோய் விடுகிறான். அங்கே நடப்பது அதிர்ச்சி அளிக்கிறது.

ஐந்து கதைகளிலும் அதிர்ச்சியான நிகழ்வுகள் இடம்பெறுகின்றன. தனிமையை உணருகிறவர்களே முக்கிய கதாபாத்திரமாக இருக்கிறார்கள். அவர்கள் காமத்தால் அலைக்கழிக்கப்படுகிறார்கள். மகிழ்ச்சியைத் தேடி அலையும் அவர்கள் கசப்பையே அருந்துகிறார்கள். குடும்பம் அவர்களைப் புரிந்து கொள்ளவில்லை. தனது வாழ்வின் அர்த்தம் என்பதே துயரங்கள்தான் என உணருகிறார்கள். படத்தில் ஹிரோஷிமாவின் மீது மழையின் கறுப்புக் கோடுகள் வந்து போவது, கீறல்கள் மற்றும் கறை படிந்திருக்கும் காட்சிகள், குரங்கு அமர்ந்துள்ள அறை, துண்டிக்கபட்ட கை உள்ளவனின் நாட்கள் என 'பேரழிவின் சாட்சியமாகவே' காட்சிகள் தோன்றி மறைகின்றன.

துப்பறியும் கதைகளையும் குற்றநிகழ்வுகளையும் முதன்மையாகக் கொண்ட காமிக்ஸ்களைப் படித்து வந்த நமக்கு தட்சுமி காட்டும் உலகம் வேறானது. உண்மைக்கு நெருக்கமானது. அதைப் படம் சரியாக அடையாளப்படுத்தியிருக்கிறது.

❖❖❖

23
குயிங் மிங் திருவிழாவின்போது

மாங்குடி மருதன் எழுதிய மதுரைக்காஞ்சியை மிக நீண்ட ஒற்றை ஓவியமாக யாரேனும் வரைந்திருந்தால் எப்படியிருக்கும் என யோசித்திருக்கிறேன்.

அப்படியான ஒரு ஓவியம்தான் ALONG THE RIVER DURING THE QINGMING FESTIVAL. பனிரெண்டாம் நூற்றாண்டில் வரையப்பட்ட இந்த ஓவியம் சீனாவின் தலைசிறந்த பத்து ஓவியங்களில் ஒன்றாகக் கருதப்படுகிறது. பெய்ஜிங்கில் உள்ள அரண்மனை அருங்காட்சியகத்தில் இந்த ஓவியம் காட்சிக்கு வைக்கப்பட்டுள்ளது.

நிலப்பரப்பை வரைவது சீன ஓவியத்தின் மிக உயர்ந்த கலைவடிவமாகக் கருதப்படுகிறது. மிகத் துல்லியமாக

விவரங்களை வரையறுக்கும் கோடுகள் மற்றும் தூரிகையின் பயன்பாடு இதன் சிறப்பாகும். இந்த வகை ஓவியத்தை மௌனமான கவிதை என்று சொல்கிறார்கள்.

இது போன்ற சுருள் ஓவியங்களை தோக்கியோ அருங்காட்சியகத்தில் கண்டிருக்கிறேன். சுவற்றில் மாட்டப்பட்டுள்ள ஓவியங்களை ரசிப்பது போலச் சுருள் ஓவியங்களை ரசிக்க முடியாது. அதற்குக் கூடுதல் நேரமும் கவனமும் பொறுமையும் தேவைப்படுகிறது. ஓவியத்தினைப் புரிந்துகொள்வதற்கான கையேடு ஒன்றையும் தருகிறார்கள். அதன் உதவியோடு நாம் நிதானமாகப் பார்வையிட்டால் ஓவியத்தின் சிறப்பைப் புரிந்துகொள்ளலாம்.

கிங்மிங் திருவிழாவின்போது ஆற்றங்கரையில் காணப்படும் காட்சிகளை ஓவியர் ஜாங் செதுவான் சுருள் ஓவியமாக வரைந்திருக்கிறார். மடக்குவிசிறி போல அடுக்கடுக்காக விரியக்கூடியது இந்த ஓவியம்.

12ஆம் நூற்றாண்டில் வரையப்பட்ட இந்த ஓவியம் அதன் துல்லியமான சித்தரிப்பு மற்றும் பிரம்மாண்டமான காட்சிப்படுத்துதலுக்காகப் புகழ்பெற்றுள்ளது.

இன்றுள்ள சினிமா தொழில்நுட்ப வசதியால் சிங்கிள் ஷாட்டில் முழுபடத்தையும் உருவாக்க முடிகிறது. அது போன்ற ஒரு பாணியே இந்தத் தொடர் சுருள் ஓவியம். தலைநகரான பியான்ஜிங்கில் வசித்த மக்களின் அன்றாட

வாழ்க்கையையும் நிலப்பரப்பையும் ஓவியம் மிக அழகாகச் சித்தரிக்கிறது.

அந்தக் காலகட்ட ஆடைகள் மற்றும் வாகனங்கள். ஆற்றங்கரை நெடுகிலும் காணப்படும் பல்வேறு மக்களின் தோற்றம் மற்றும் செயல்பாடுகள், பாலங்கள், அகழிகள் மற்றும் பாதைகள், வீடுகள் போன்றவற்றை ஜாங் செதுவான் சிறப்பாக வரைந்திருக்கிறார், கயிறுகள் மற்றும் கொக்கிகள் கட்டும் விதம்கூடத் தெளிவாகச் சித்தரிக்கப்பட்டுள்ளது.

இந்தச் சுருள் ஓவியம் 10.03 அங்குல உயரமும் 17.22 அடி அகலமும் கொண்டது. இது பட்டுத் துணியில் ஒரே வண்ணமுடைய மையில் வரையப்பட்டிருக்கிறது. இதில் சித்தரிக்கப்பட்டுள்ள நகரம் கைஃபெங், அந்த நகரத்தின் தெருக்கள், வீடுகள் மிகத் துல்லியமாகச் வரையப்பட்டுள்ளன.

இந்த ஓவியம் சாங் வம்ச சீனாவின் நகர்ப்புற வாழ்க்கையின் பல்வேறு அம்சங்களை விளக்குவதற்கும், சீனாவின் செழிப்பான வணிக நடவடிக்கையின் சாட்சியமாகவும் கருதப்படுகிறது.

இந்த ஓவியத்தில் 1695 மனிதர்கள், 28 படகுகள், 60க்கும் மேற்பட்ட கால்நடைகள், 30 கட்டிடங்கள், 20

வாகனங்கள், 9 நாற்காலிகள் மற்றும் 170 மரங்கள், இரண்டு பாலங்கள் இருப்பதாகச் சொல்கிறார் பேராசிரியர் வலேரி ஹேன்சன்.

ஓவியம் ஐந்து பெரிய பிரிவுகளாகப் பிரிக்கப் பட்டுள்ள்ளது. முதலாவது, அமைதியான இயற்கைக் காட்சிகளைக் கொண்டுள்ளது, அதைத் தொடர்ந்து வானவில் பாலத்தை மையமாகக் கொண்ட ஒரு பகுதி, அது சந்தைக் காட்சியுடன் காணப்படுகிறது. மூன்றாவது பகுதி, நகர வாயிலுக்கு அருகில் காணப்படும் பரபரப்பான செயல்பாட்டை விவரிக்கிறது, நான்காவது பகுதியில் ஆற்றின் இருபுறமும் இயற்கைக்காட்சிகளுடன் காணப்படுகிறது. அதில் ஒரு பெரிய மரப்பாலம் ஒன்றும் சித்தரிக்கப்படுகிறது. கடைசிப் பகுதியில் ஏரியின் அழகிய நீர்பரப்பு சித்தரிக்கப்பட்டுள்ளது.

"கிங்மிங் திருவிழா" என்பது கல்லறை துடைக்கும் திருநாளாகக் கருதப்படுகிறது. இந்த விழாவின்போது குடும்ப உறுப்பினர்கள் தங்கள் மூதாதையர்களின் கல்லறைகளைத் துடைப்பதன் மூலம் அவர்களுக்கான மரியாதையைச் செய்கிறார்கள். மூதாதையர் வழிபாடு எப்போதுமே சீன நாகரிகத்தின் தனித்துவமிக்க அங்கமாக இருந்து வருகிறது.

நகரவாழ்வின் உன்னதங்களாகக் கட்டிடங்கள் சித்தரிக்கப்பட்டுள்ளன. குறிப்பாக, இரண்டு மாடி உள்ள

வீடுகள். அதன் அழகான முகப்புகள். இன்றிருப்பது போலக் கட்டிடங்களின் முன்பகுதியில் கடைகள் செயல்படுகின்றன. பின்பகுதி குடியிருப்பாகப் பயன்படுத்தப்பட்டிருக்கிறது. குடியிருப்புக் கட்டிடங்கள் நாற்கரமாக உள்ளன. கடைகளுக்கான அடையாளமாகக் கொடிகள், சின்னங்கள் காணப்படுகின்றன.

இதில் அதிகாரிகள், விவசாயிகள், வணிகர்கள், மருத்துவர்கள்,மந்திரவாதிகள்,துறவிகள்,தாவோயிஸ்டுகள், காவல் வீரர்கள், பெண்கள், குழந்தைகள், படகோட்டிகள், மரம் வெட்டுபவர்கள், தண்ணீர் சுமப்பவர்கள் எனப் பலரும் காணப்படுகிறார்கள். வானவில் பாலத்தின் மீதும் ஆற்றங்கரையோரங்களிலும் உள்ள மக்கள் படகை நோக்கிக் கூச்சலிட்டுச் சைகை செய்கிறார்கள். ஆற்றில் மீன்பிடி படகுகள் மற்றும் பயணிகளை ஏற்றிச் செல்லும் படகுகள் நிரம்பியுள்ளன. வீதியில் சிறுவர்கள் ஓடியாடுகிறார்கள். கோவேறுக் கழுதைகள் மற்றும் பிற கால்நடைகள் காணப்படுகின்றன. குடிப்பது, அரட்டை அடிப்பது, படகுகளைத் தள்ளுவது போன்ற செயல்கள் நேர்த்தியாக வரையப்பட்டிருக்கின்றன. சிலர் மூடுபல்லக்கினைச் சுமந்து செல்கிறார்கள். கடைகளின் முன் எரியும் விளக்குகள், வணிகர்களின் கூச்சல், கடந்து செல்லும் ஒட்டகங்கள் என அந்தக் காலத்தினைக் கேமிராவில் பதிவு செய்து ஆவணப்படுத்தியிருப்பது போலத் துல்லியமாக வரைந்திருக்கிறார் ஜாங் செதுவான்.

Along the River during the Qingming Festival ஓவியத்தின் Animated Version இணையத்தில் காணக்கிடைக்கிறது. அதில் திருவிழாக் காட்சிகள் நம் கண்முன்னே விரிகின்றன. உறைந்துபோன மனிதர்கள் இயக்கம் கொள்கிறார்கள். படகுகள் நீரில் அசைகின்றன. குடையோடு நதிக் கரை நோக்கி மக்கள் நடக்கிறார்கள். 800 ஆண்டுகளைக் கடந்த இந்த ஓவியம் நிகரற்ற கலைப்படைப்பாக மட்டுமின்றி முக்கியமான வரலாற்றுச் சின்னமாகவும் கொண்டாடப்படுகிறது.

✦✦✦

24
இன்மையின் உருவம்

Jean-Baptiste-Siméon Chardin. வரைந்த Soap Bubbles ஓவியத்தில் முதலில் நம்மைக் கவர்வது சோப்புக் குமிழே. மிக அழகாக அக் குமிழ் வரையப்பட்டிருக்கிறது. சோப்புக்குமிழின் வசீகரம், அது உருவாகும் நிறஜாலம், எடையற்றுப் பறக்கும் விதம், கண்ணாடி போன்ற மினுமினுப்பு.

இந்த ஓவியத்தில் சோப்புக் குமிழை ஊதுகிறவன் பதின்வயதுப் பையன். அவனருகே ஒரு கண்ணாடி டம்ளரில் சோப்புத் தண்ணீர் காணப்படுகிறது. அவன் சோப்புத்தண்ணீரை ஊதி ஒரு குமிழியை உருவாக்குகிறான். குமிழி இன்னும் தனித்துப் பறக்கவில்லை. அது ஊதுகுழலின் முனையில் கோளம் போல உருக்கொண்டிருக்கிறது.

அவன் பின்னாலிருந்து ஒரு சிறுவன் எக்கி நின்று பார்க்கிறான். அச்சிறுவனின் கண்களில் வெளிப்படும் ஆசை, அவனது தொப்பி மற்றும் சோப்பு நுரையை

ஊதுகிறவனின் சிகை அலங்காரம் மற்றும் கிழிந்த உடை, படர்ந்திருக்கும் இலைகளின் அழகு என அந்தக் காட்சி நம்மைப் பால்யத்தின் சறுக்குப் பலகையில் சறுக்கிக் கொண்டு போகச் செய்கிறது. செவ்வக கற்சன்னலில் அந்தப் பையன் கையூன்றி நிற்கும்விதம் ஒரு முக்கோணம் போலக் காட்சியளிக்கிறது. இந்த ஓவியம் நிலையற்றவையின் அழகினைப் பேசுகிறது.

பதினெட்டாம் நூற்றாண்டில் வரையப்பட்ட சார்டினின் இந்த ஓவியம் இரண்டாம் உலகப்போரின் போது நாஜிக்களால் கைப்பற்றப்பட்டது. உலகப்போரின் பின்பு இதனை மீட்டிருக்கிறார்கள்.

ஒளியின் கைகள் ❖139

டச்சு ஓவியங்களில் சோப்புக்குமிழ் ஊதுவது முக்கியமான கருப்பொருளாக விளங்கியது. இந்தக் காட்சியை நிறைய டச்சு ஓவியர்கள் வரைந்திருக்கிறார்கள். 18ஆம் நூற்றாண்டு பார்வையாளர்களுக்கு, சோப்புக் குமிழ்கள் என்பது இன்பத்தின் நிலையற்ற தன்மையை அடையாளப்படுத்தியிருக்கிறது.

பதினேழாம் நூற்றாண்டின் டச்சுக் கலாச்சாரத்தில் சோப்பு நுரையை ஊதி விளையாடுவது, குழந்தைகளின் முக்கிய விளையாட்டாக இருந்தது.

1574ஆம் ஆண்டில், டச்சு ஓவியர் கார்னெலிஸ் கெட்டெல், ஒரு மேகமூட்டமான வானத்திற்கு எதிராகப் புல் படுக்கையில் படுத்தபடி ஒருவன் சோப்புக் குமிழிகளை ஊதுவதை வரைந்திருக்கிறார்.

கரேல் டுஜார்டின் 1663ஆம் ஆண்டு வரைந்த ஓவியத்தில் ஒரு சிறுவன் தான் உருவாக்கிய குமிழிகளை மகிழ்ச்சியோடு ரசிக்கிறான்.

இரண்டாம் நூற்றாண்டைச் சேர்ந்த கிரேக்க எழுத்தாளர் சமோசாட்டாவின் லூசியன் பார்வையில் மனிதனே ஒரு குமிழிதான்.

மனித வாழ்வின் பலவீனம் மற்றும் நிலையற்ற தன்மையின் அடையாளமே சோப்புக்குமிழி. இந்தக் குமிழி உடனடியாக உடைந்து மறைந்துவிடும். மனிதனின் வாழ்க்கையும் அப்படித்தான் இருக்கிறது என்கிறார் லூசியன்.

ஒரு சோப்புக் குமிழியை உருவாக்கி அதை ஆழ்ந்து கவனியுங்கள்; நீங்கள் ஒரு முழு வாழ்க்கையையும் அதற்காகவே செலவிடலாம் என்கிறார் கணிதவியலாளர் வில்லியம் தாம்சன்.

பதினேழாம் நூற்றாண்டின் இறுதியில், விஞ்ஞானிகள் சோப்புக் குமிழிகள் பற்றிய விஷயத்தில் கூடுதல் கவனம் செலுத்தினார்கள். அறிவியல்பூர்வமான விளக்கங்களை வெளியிட்டார்கள்.

ஒரு குமிழியை இரண்டாக வெட்டுவது, இரண்டு குமிழிகளை ஒன்றாக்குவது, புகை நிரம்பிய ஒரு குமிழியுடன் பறப்பது போன்ற வேடிக்கை நிகழ்ச்சிகள் ஐரோப்பாவின் பல நகரங்களில் நடைபெற்றிருக்கின்றன.

சார்டின் ஓவியத்தில் காணப்படும் பழுப்பு நிறம் மற்றும் பதின்வயதுப் பையனின் முகத்தில் வெளிப்படும் தீவிரம்.

ஒளியின் கைகள் φ141

அவனை நம்பாமல் எக்கி நின்று பார்க்கும் சிறுவனின் ஏக்கம் சிறப்பாக வெளிப்பட்டுள்ளது.

குமிழியை உன்னிப்பாகப் பார்த்துக் கொண்டிருக்கும் அந்தச் சிறுவன், குமிழியின் அளவே இருக்கிறான்.

பால்யம் என்பதும் இது போன்ற சோப்புக்குமிழ்களின் உலகமே. அது தானே உருக்கொண்டு இலக்கின்றி மிதந்து, பின்பு உடைந்தும் போய்விடுகிறது.

ஓவியத்தில் குமிழியை ஊதுகிறவனின் சட்டையில் கிழிந்துள்ள பகுதி வழியாக உள்ளே அணிந்திருக்கும் வெண்ணிற ஆடை வெளிப்படுகிறது. அந்தப் பையன் தலையில் கருப்பு ரிப்பன் கட்டியிருக்கிறான். அவனது நெற்றியில் மிகவும் அடர்த்தியாக வர்ணம் பூசப்பட்டிருக்கிறது. சோப்பு குமிழியின்மீது ஒளியின் நுட்பமான பிரதிபலிப்புகளைக் காணலாம்.

தேசாந்திரி பதிப்பகம்

உபபாண்டவம்	375
நெடுங்குருதி	525
யாமம்	400
துயில்	525
சஞ்சாரம்	360
இடக்கை	375
பதின்	250
கடவுளின் நாக்கு	380
உலக இலக்கியப் பேருரைகள்	325
எழுத்தே வாழ்க்கை	175
பதினெட்டாம் நூற்றாண்டின் மழை	230
தாவரங்களின் உரையாடல்	150
வெயிலைக் கொண்டு வாருங்கள்	140
விழித்திருப்பவனின் இரவு	225
காற்றில் யாரோ நடக்கிறார்கள்	325
கோடுகள் இல்லாத வரைபடம்	75
மலைகள் சப்தமிடுவதில்லை	250
வாசகபர்வம்	210
காண் என்றது இயற்கை	115
செகாவின் மீது பனி பெய்கிறது	150
கூழாங்கற்கள் பாடுகின்றன	75
எனதருமை டால்ஸ்டாய்	100

சார்டின் குழந்தைகள் விளையாடுவதை அதிகம் வரைந்திருக்கிறார். அந்த வரிசையில்தான் இதனையும் சேர்க்கிறார்கள்.

நாம் சோப்புக் குமிழியை ஊதாதபோதும் அக்குமிழி நம்மை நோக்கிப் பறந்து வருவதையோ, கைகளில் படுவதையோ விரும்புகிறோம். நீர்க்குமிழி கையில் படும்போது விநோதமான தொடுதலை உணருகிறோம். எப்போதெல்லாம் குமிழியால் தொடப்படுகிறோமோ அப்போதெல்லாம் நாம் சிறுவனாகி விடுகிறோம். இன்மையின் உருவம்தான் குமிழியா?

நான், எனது என்பதும் இது போலக் குமிழிதானா? உண்மையில் நமது வாழ்க்கை எனும் குமிழியை நாம் உருவாக்குகிறோம், மிதக்கவிடுகிறோம்.

குமிழி உடையும்போது சிறார்கள் வருந்துவதில்லை. அதுவும் விளையாட்டின் பகுதியே. ஆனால் பெரியவர்களாகிய நாம் அன்றாட வாழ்க்கையில் துன்பங்களின் குமிழியை உருவாக்குகிறோம். அது வெடிக்கும் போது வருந்துகிறோம்.

The earth hath bubbles as the water has என்று மெக்பெத் நாடகத்தில் மூன்று சூனியக்காரிகளைப் பற்றிக் குறிப்பிடுகிறார் ஷேக்ஸ்பியர்.

நீர்க் குமிழியைப் போலப் பூமியின் குமிழி என்பது எவ்வளவு அழகான கற்பனை.

சோப்புக் குமிழ்களை அப்பாவித்தனம், லேசான தன்மை மற்றும் சுதந்திரத்துடன் ஜென் தொடர்புபடுத்துகிறது. சார்டின் ஓவியத்தைக் காணும்போது நாமும் அதனையே உணருகிறோம்.